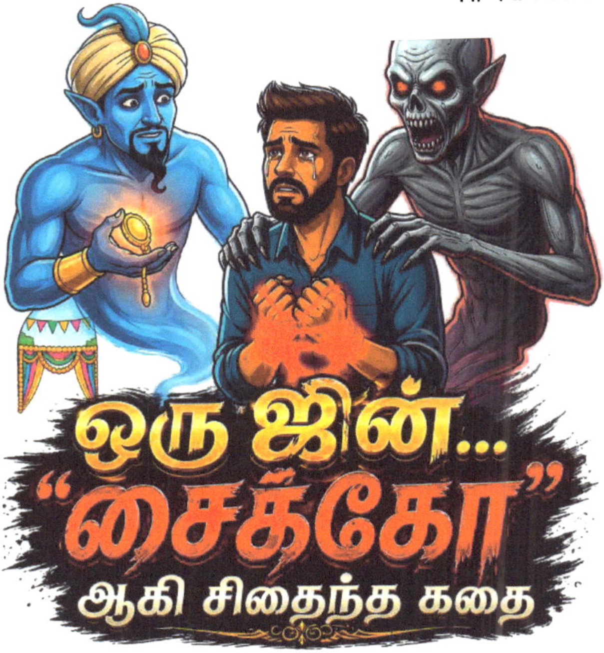

The Jinn Who Became a Psycho

Disclaimer

This book is a work of **autobiographical fiction** based on true events from the author's life.

- **Privacy Protection:** All names, characters, locations, and identifying details have been changed to protect the privacy of the individuals involved.

- **Intent:** The purpose of this narrative is to document a personal journey of love, sacrifice, and betrayal. It is not intended to harass, defame, or damage the reputation of any specific individual.

- **Accuracy:** While certain events have been dramatized for narrative flow, the core experiences and emotional journey described are rooted in actual occurrences supported by personal records and documentation.

- **Artistic Expression:** This publication serves as an artistic expression of the author's perspective and personal truth.

The events described in this book are interpreted through the lens of the author's personal experiences. Any resemblance to actual persons, living or dead, or actual events is purely coincidental and unintended. The narrative is meant for artistic and awareness purposes only.

இந்தக் கதை ஒரு மனிதனின் கண்ணீர்;
பழிவாங்கும் நோக்கம் அல்ல,
வலியைப் பகிர்ந்து கொள்ளும் முயற்சி.

அந்த ஜூன் மாதத்தின் அழகான தொடக்கம்

வாழ்க்கை சில நேரங்களில் மிக அழகாகத் தொடங்கும்... அதன் பின்னால் ஒளிந்திருக்கும் வலிகளைச் சொல்லாமல்!

2023-ன் அந்த ஜூன் மாதம். அன்று வானிலை மட்டுமல்ல, என் மனநிலையும் வசந்த காலத்தைப் போல இதமாகத்தான் இருந்தது. ஒரு மேட்ரிமோனி தளத்தின் ஆயிரக்கணக்கான முகங்களுக்கு நடுவே, மின்னல் கீற்று போலத் தோன்றியது உனது முகம். மேட்ரிமோனி தளத்தில் தொடங்கி, இன்ஸ்டாகிராமில் ஒரு சிறு உரையாடலாக மலர்ந்த நம் உறவு, என் வாழ்வின் ஆகச்சிறந்த கவிதையாக இருக்கும் என்றுதான் நான் நினைத்தேன். அப்போது நான் வேலையில் மிகத் தீவிரமாக இருந்த நாட்கள்.

என் வேலை என்பது அத்தனை எளிதானதல்ல. அதிகாலை 4:30 மணிக்கே எழுந்து, அந்தப் பெரிய எஸ்டேட்டில் இயந்திரங்களின் இரைச்சலுக்கும், நூற்றுக்கணக்கான பராமரிப்புப் பணிகளுக்கும் (Maintenance Works) நடுவே நான் ஓடிக்கொண்டிருக்க வேண்டும். ஃபேக்டரியில் இயந்திரங்களின் இரைச்சலுக்கு நடுவிலும், **உன் அலைபேசி அழைப்பிற்காகவோ அல்லது ஒரு குறுஞ் செய்திக்காகவோ நான் ஏங்கித் தவித்த தருணங்கள் ஏராளம்.**

நள்ளிரவு தாண்டி நான் உன்னோடு பேசிக்கொண்டிருந்தபோது, அடுத்த சில மணி நேரங்களிலேயே மீண்டும் வேலைக்குச் செல்ல வேண்டுமே என்ற கவலை எனக்கு ஒருபோதும் இருந்ததில்லை. உன்னோடு பேசும் அந்தச் சில நிமிடங்களே என் நாள் முழுவதற்குமான சக்தியை எனக்குத் தந்தன.

காலையில் கண் விழித்ததும் நீ அனுப்பும் அந்த முதல் '**குட் மார்னிங்**' செய்தியும், உறங்கும் முன் நாம் பரிமாறிக்கொள்ளும் அந்த '**குட் நைட்**' வாழ்த்துகளும் ஒரு சடங்காக அல்லாமல், என் மூச்சுக் காற்றாகவே மாறின. ஒரு அறிமுகமற்ற இருவர், அலைபேசி திரையின் வழியே இதயங்களைப் பகிர்ந்து கொண்ட அந்தத் தொடக்க நாட்கள் எவ்வளவு அழகாக இருந்தன!

மெல்ல மெல்ல உன் குடும்பச் சூழல், உன் கவலைகள், உன் அம்மாவின் எதிர்பார்ப்புகள் என அத்தனையையும் என்னிடம் கொட்டினாய். நானும் உன்னை ஒரு அந்நியப் பெண்ணாகப் பார்க்காமல், என் வாழ்நாள் முழுவதும் பாதுகாக்க வேண்டிய ஒரு பொக்கிஷமாகப் பார்த்தேன்.

அன்று நீ உன் அப்பாவை இழந்து தவித்தபோது, உனக்கு ஒரு பிடிப்பாக நான் இருக்க வேண்டும் என்று உன் கையைப் பிடித்தேன்.

உன் முன்னாள் காதலனைப் பிரிந்த வலியிலும், தனிமையிலும் நீ பரிதாபமாக நின்றபோது, 'உனக்கு நான் இருக்கிறேன்' என்று என் இதயத்தையே உனக்காகத் திறந்து வைத்தேன்.

அன்று உனக்கு **வேலை இல்லை**. உனக்கு நிழலாக இருந்த **அப்பா இல்லை**. உனக்காக உழைக்க உன் **அம்மா வெளிநாட்டில்** தனிமையில் இருந்தார். உன் **தங்கை படித்துக்கொண்டிருந்தாள்**. அன்று என்னிடம் நீ உன் இதயத்தைத் திறந்து பேசினாய். உன் எதிர்காலத்தைப் பற்றிய பயம், உன் குடும்பத்தை எப்படிக் காப்பாற்றப் போகிறோம் என்ற கவலை, உனக்குள்ளே இருந்த பெரிய பெரிய கனவுகள் என அத்தனையையும் என்னிடம் கொட்டினாய்.

உன் அம்மாவின் வற்புறுத்தலால் நீ வங்கித் தேர்வுக்கான (Bank Exam Coaching) பயிற்சிகளுக்குச் சென்று கொண்டிருந்தாய். அதன் பிறகு திருவனந்தபுரத்தில் உனக்கு அந்த இன்டர்ன்ஷிப் (Internship) கிடைத்தது. முதல் முறை நீ அங்கு செல்லத் தயாரானபோது, உன் கண்களில் இருந்த அந்தப் பயமும் தயக்கமும் இன்றும் என் நினைவில் இருக்கிறது.

அன்று நீ என்னிடம் ஒரு கேள்வி கேட்டாய், நினைவிருக்கிறதா?

"எனக்கு அங்க போய் திடீர்னு காய்ச்சல் வந்தாலோ இல்ல வேற ஏதாச்சும் உடம்பு முடியாமப் போனாலோ... நீங்க

என்னைப் பார்க்க வருவீங்களா? நள்ளிரவா இருந்தாலும் எனக்காக ஓடி வருவீங்களா?"

அன்று நீ கேட்டது ஒரு கேள்வியல்ல, அது என் மீதான உன் அசைக்க முடியாத நம்பிக்கை. "**கண்டிப்பா வருவேன், உனக்கு நான் இருக்கேன்**" என்று நான் சொன்னபோது உன் முகத்தில் தெரிந்த அந்த நிம்மதிதான் என் வாழ்நாள் உழைப்பிற்கான ஊதியமாக நினைத்தேன். அந்த வாக்குறுதியை நான் ஒருபோதும் மீறவில்லை.

முதல் சந்திப்பு: மறக்க முடியாத அந்தத் தருணம்

திருவனந்தபுரம்... உன் இன்டர்ன்ஷிப் (Internship) பணிக்காக நீ அங்கே வந்தபோது, உன்னைப் பார்க்க நான் வந்த அந்த நாள் என் வாழ்வின் மறக்க முடியாத பக்கம். அலைபேசி திரையில் மட்டும் பார்த்துப் பழகிய உன்னை, முதல்முறை நேரில் காணப்போகிறோம் என்ற தவிப்பு என் தூக்கத்தையே திருடியிருந்தது. ஆயிரம் பட்டாம்பூச்சிகள் என் மனதிற்குள் சிறகடித்தன. ஒவ்வொரு கிலோமீட்டர் பயணமும் ஒரு யுகம் போல நீண்டது, உன்னைப் பார்ப்பதற்கு முன்பே உன் குரலால் என் உலகத்தை ஆக்கிரமித்திருந்தாய்

தூரத்தில் நீ நடந்து வருவதைப் பார்த்தபோதே என் இதயத் துடிப்பு எனக்கே கேட்கத் தொடங்கியது. நீ அருகில் வந்தபோது, உன் கண்களில் இருந்த அந்தத் தயக்கமும், லேசான புன்னகையும் என் உலகத்தையே ஸ்தம்பிக்க வைத்தது.

உன்னை நேரில் பார்த்த அந்த நொடியில் என் மனதுக்குள் ஒன்று மட்டும் தோன்றியது: "**இத்தனை காலம் நான் தேடிய தேவதை இவள்தான். இவளுக்காக எதை வேண்டுமானாலும் செய்யலாம், இவளை ஒருபோதும் விட்டுக்கொடுக்கக் கூடாது.**" உன்னை ஒரு அந்நியப் பெண்ணாக என் மனம் ஏற்கவே இல்லை; பல ஜென்மங்களாகத் தேடித் தொலைத்த என் உயிர்

கிடைத்துவிட்டது போன்ற ஒரு நிம்மதிதான் எனக்குள் இருந்தது.

அன்று நாம் சேர்ந்து அமர்ந்து சாப்பிட்ட அந்தத் தோசை... என் வாழ்நாளில் அப்படி ஒரு சுவையான தோசையை நான் சாப்பிட்டதே இல்லை. உண்மையில் அந்தச் சுவை தோசையில் இல்லை, உன்னோடு அமர்ந்து சாப்பிட்ட அந்தத் தருணத்தில் இருந்தது. அந்த ஒரு வேளை உணவு, எனக்கு உலகத்தின் அத்தனை செல்வங்களையும் விட மேலாகத் தெரிந்தது.

அன்று உன்னைச் சந்தித்த அந்த மட்டற்ற மகிழ்ச்சியை என்னால் எனக்குள்ளேயே வைத்துக்கொள்ள முடியவில்லை. **என் உலகம் இன்று எவ்வளவு அழகாகிவிட்டது என்பதை உலகுக்கே சொல்ல வேண்டும் என்று தோன்றியது.** உடனே அந்த சந்தோஷத்தை என் இன்ஸ்டாகிராம் (Instagram) பக்கத்தில் ஒரு பதிவாகப் பகிர்ந்தேன். என் வாழ்க்கையின் மிக முக்கியமான தொடக்கம் அது என்பதை அந்தப் பதிவு இன்றும் எனக்கு நினைவுபடுத்திக்கொண்டே இருக்கிறது.

நம் முதல் சந்திப்பில் திருவனந்தபுரத்தில் உனக்கு நான் ஆடை வாங்கித் தந்த அந்த நிமிடம்... அன்று முதல் நீ உடுத்திய ஒவ்வொரு ஆடை முதல், நீ கேட்ட ஒப்பனைச்

சாதனங்கள் வரை ஒவ்வொன்றையும் என் சொந்த ஆசையாக நினைத்து நிறைவேற்றினேன்.

உன் அம்மா உனக்காகப் பார்த்த மாப்பிள்ளையை உனக்குப் பிடிக்கவில்லை என்று சொல்லி, என்னிடம் நீ இரவெல்லாம் மணிக்கணக்காகப் பேசிய அந்தப் பேச்சுக்கள் இன்றும் என் நினைவில் நிழலாடுகின்றன. 'அவன் வேண்டாம், நீதான் வேண்டும்' என்று நீ அன்று சொன்னதை முழுமையாக நம்பினேன்.

நம் காதலின் எதிர்காலத்தை உறுதி செய்ய, நீயே முன்னின்று நமக்கான **திருமணப் பொருத்தங்களையும், ஜாதகக் கட்டங்களையும் (Marriage Alignment & Astrology)** பார்த்தாய். 'நமக்குள்ள அத்தனை பொருத்தமும் இருக்கு, நாமதான் இணையப் போறோம்' என்று நீ சொன்னபோது, பிரபஞ்சமே நமக்குச் சாதகமாக இருப்பதாக நான் நமபினேன்.

என் தங்கை திருமணத்திற்குப் பிறகு நாம் இணையலாம் என்று நாம் கண்ட கனவுகள், இன்று வெறும் சாம்பலாக என் முன்னே கிடக்கின்றன. அந்தத் திருமணத்திற்காக நான் செய்த ஒவ்வொரு ஏற்பாட்டையும் உன்னிடம் பகிர்ந்து கொண்ட அந்த நாட்கள் இன்றும் நிழலாடுகின்றன. உனக்கு மிகவும் பிடித்த **பச்சை நிறத்திலேயே** திருமண அழைப்பிதழைத் தயார் செய்தேன். திருமணத்திற்கு உடை எடுப்பதற்காகக் கூட நீ சொன்ன அதே கடைக்குத்தான் சென்றோம். என் குடும்பத்தின் சுப நிகழ்ச்சியிலும் உன் விருப்பங்களை நிறைவேற்ற வேண்டும் என்று அன்றே நான் துடித்தேன்.

உன் அம்மா வெளிநாட்டில் இருந்து வந்த பிறகு, அவரிடம் நம் காதலைப் பற்றி எப்படிப் பேசிச் சம்மதிக்க வைக்க வேண்டும் என்று நாம் போட்ட திட்டங்கள் இன்றும் என் காதுகளில் ஒலிக்கின்றன. **உன் அம்மாவின் வருகைக்காகவும், நம் வாழ்வின் புதிய தொடக்கத்திற்காகவும் நான் அத்தனை ஆசையோடு காத்திருந்தேன்.**

ஆனால், அந்தத் திருமணம் முடிந்த **கையோடு உன் அம்மாவின் மறைவு உன்னை நிலைகுலைய வைத்தபோது, உனக்குத் தாயாகவும் தந்தையாகவும் மாறத் துடித்தேன். அன்று நான் உன் கையைப் பிடித்தது உன்னைத் தாங்கிப் பிடிக்கத்தான்...**

மேட்ரிமோனி தளத்தில் மின்னலெனத் தோன்றிய உன் முகம், இன்று என் வாழ்வின் ஆதாரமாய் மாறிப் போனது வியப்பல்லவா உன் பயங்களில் உனக்குத் துணையாய் நின்ற அந்த வாக்குறுதியை, திருமணப் பந்தத்தின் மூலம் உறுதி செய்யத் துடிக்கிறேன்!

இருண்ட ஜனவரியும் என் நிழலான அரவணைப்பும்

2024 ஜனவரி... ஒரு பக்கம் உன் அம்மா வெளிநாட்டில் உடல்நலம் குன்றித் தவிப்பதையும், **'என்னை வந்து கூட்டிச் செல், உன் தங்கையைப் பார்த்துக் கொள்'** என்று அவர் உன்னிடம் கெஞ்சுவதையும் நீ என்னிடம் சொல்லி அழுதாய். அவரைத் திரும்ப அழைத்து வர நாம் சில முயற்சிகளை எடுத்தோம். ஆனால், விதியோ வேறு ஒரு திட்டத்தை வைத்திருந்தது.

அன்று... அந்த ஒரு அழைப்பு (Call). 'அம்மா போயிட்டாங்க...' என்று நீ சொன்ன அந்த ஒரு நொடி, **என் இதயம் ஒரு நிமிடம் துடிப்பதை நிறுத்தியது.** இன்றும் அந்த உணர்வை என்னால் உணர முடிகிறது. என் உலகம் அப்படியே உறைந்து போனது. உனக்கு நேர்ந்த அந்தப் பேரிழப்பு, எனக்கு நேர்ந்ததாகவே நான் உணர்ந்தேன்.

உன் தாயின் மறைவு உன்னை அடியோடு நிலைகுலைய வைத்தது. "**எனக்கு யாருமே இல்லை, நான் சாகப்போகிறேன்**" என்று நீ கதறி அழுத ஒவ்வொரு முறையும் என் இதயம் துண்டானது. அந்த மரண பயத்திலும் தனிமையிலும் நீ நடுங்கியபோது, உன்னைத் தாங்கிப் பிடிக்க நான் உன் நிழலாக மாறினேன்.

ஒவ்வொரு இரவும் நீ அழுதுகொண்டிருக்கும்போது நான் உனக்குச் சொன்ன அந்த வார்த்தைகள்:

"அழாதே... உன் அம்மா இந்த பிரபஞ்சத்தோடு (Universe) கலந்திருக்கிறார்கள். அவர்கள் அங்கிருந்து உன்னைப் பார்த்துக் கொண்டுதான் இருப்பார்கள். உன்னைப் பார்த்துக் கொள்ள நான் இங்கே இருக்கிறேன் என்ற நம்பிக்கையில்தான் அவர்கள் அமைதியாக அந்தப் பிரபஞ்சத்தில் உறங்குகிறார்கள். நீ உன் தங்கையைப் பார்த்துக்கொள், உன்னை நான் பார்த்துக்கொள்கிறேன்."

உன் அம்மாவின் இடத்தை என்னால் நிரப்ப முடியாது என்று தெரிந்தும், அவர்களுக்குப் பதிலாக உனக்கு ஒரு தாயாகவும் தந்தையாகவும் மாறத் துடித்தேன்.

பகல் முழுக்க வேலையில் உழைத்துக் களைத்தாலும், உன் தனிமையின் வலி உன்னை வாட்டிவிடக் கூடாது என்பதற்காக நள்ளிரவு வரை உன்னோடு பேசிக்கொண்டிருப்பேன். ஒரு நாள் 'குட் நைட்' சொல்லத்

தவறினால் கூட, **நீ கைவிடப்பட்டதாக உணரக்கூடாது என்று அடுத்த நாள் காலையிலேயே மன்னிப்புக் கேட்பேன். உன் கண்ணீரைத் துடைக்க என் உறக்கத்தைத் தொலைத்தேன்.**

நீ அழுதுகொண்டிருந்த அந்த இருண்ட நாட்களில், 'அம்மா அப்பா கட்டிய வீடு லோனில் (Loan) இருக்கிறது, அதை மீட்க எனக்கு உதவி செய்' என்று நீ என்னிடம் கேட்டாய். ஒரு கணம் கூட நான் யோசிக்கவில்லை.

என் வருங்கால மனைவிக்காக, நான் வாங்கி வைத்திருந்த அந்தத் **தங்கச் சங்கிலியை**, அப்படியே கொண்டு போய் வங்கியில் வைத்தேன். அதிலிருந்து கிடைத்த **1.2 லட்சம் ரூபாயை** உன் கைகளில் கொடுத்தபோது, என் மனதிற்குள் ஒரு நிம்மதி இருந்தது.

என் வருங்காலத்தின் தேவையையும், என் ஆசையையும் விட, என் மனைவியாகப் போகிற உனது நிகழ்கால நிம்மதிதான் முக்கியம்' என்று உன்னை முழுமையாக நம்பினேன்.

ஆம், நீதான் என் மனைவி என்று அன்றே என் மனதார முடிவு செய்திருந்தேன். அன்று என் அர்ப்பணிப்பைப் பார்த்துவிட்டு நீயே வியந்துபோய் என்னிடம் கேட்ட அந்த வார்த்தை இன்றும் என் நெஞ்சில் நிழலாடுகிறது:

"நீ என்னோட 'ஜின்' (Jinn)-ஆ? நான் எப்போ எதை நினைச்சாலும், எப்போ கஷ்டப்பட்டாலும் எனக்காக முன்னாடி வந்து நிக்குறியே... நீ நிஜமாவே எனக்கான ஜின் தானா?"

அன்று நீ ஆசையோடு சூட்டிய அந்தப் பெயர் எனக்கு எவ்வளவு பெருமையாக இருந்தது தெரியுமா? **உனக்காக எதையும் செய்யும் அந்த ஜின்னாக இருப்பதையே என் வாழ்நாள் பாக்கியமாகக் கருதினேன்.** உன் வாழ்க்கையில் நீ எதையெல்லாம் இழந்தாயோ, அதையெல்லாம் நான் உனக்குத் திரும்பத் தருவேன் என்று என் மீது நானே உறுதி எடுத்துக்கொண்டேன்.

அதுமட்டுமா? நீ தனிமையை உணரும்போதெல்லாம் உனக்கு ஒரு பிடிப்பாக இருக்க வேண்டும் என்பதற்காகவே, **அடிக்கடி திருவனந்தபுரத்திற்கு உன்னைப் பார்க்க ஓடி வருவேன்.** அது காலப்போக்கில் ஒரு வழக்கமாகவே மாறிப்போனது. என் ஓய்வு, என் தூக்கம் என அனைத்தையும் விட உன் மன அமைதிதான் எனக்கு முக்கியமாகத் தெரிந்தது.

திருவனந்தபுரத்தில் ஒரு காலை நேரம்... நாம் அந்தப் பேக்கரியில் அமர்ந்து தின்பண்டங்கள் சாப்பிட்டுக் கொண்டிருந்தோம். நீ ஒரு ஜூஸை வாங்கி குடித்துவிட்டு, **'இது எனக்குப் பிடிக்கவில்லை'** என்று முகம் சுளித்து அப்படியே வைத்தாய். பொதுவாக நான் தூய்மைக்கும், சுகாதாரத்திற்கும் (Hygiene) எவ்வளவு முக்கியத்துவம் கொடுப்பவன் என்பது உனக்கே தெரியும். ஆனால், **அன்று நீ**

குடித்துவிட்டு வைத்த அந்த ஜூஸை நான் எடுத்து யோசிக்காமல் அப்படியே குடித்தேன்.

உன் எச்சில் கலந்த அந்த ஜூஸ் எனக்கு அமிழ்தமாகத் தெரிந்தது. 'நீ வேறு, நான் வேறு இல்லை' என்ற அந்த ஒற்றை உணர்வுதான் என் செயலுக்குக் காரணம். அப்போது நீ என்னை ஒரு பார்வை பார்த்தாயே... அன்பும், ஆச்சரியமும் கலந்த அந்த ஒரு **'காதல் பார்வை'** (Loveable Glance)!

'சுத்தத்தைப் பார்க்கும் இவன், எனக்காகத் தன் இயல்பையே மாற்றிக்கொள்கிறானே' என்ற அந்த வியப்பு உன் கண்களில் தெரிந்தபோது, அந்த ஒரு பார்வைக்காக என் வாழ்நாள் முழுவதையும் உனக்காகத் தாரைவார்க்கலாம் என்று நான் நினைத்தேன். அந்த ஒரு நொடிதான் நான் உன்னை என் மனைவியாக, என் உயிரின் பாதியாக முழுமையாகச் சூட்டிக்கொண்ட தருணம்.

நாகர்கோவில் நினைவுகளும் நடுக்கமுற்ற உன் கரங்களும்

"நினைவிருக்கிறதா? உன் அம்மாவின் இழப்பு உன்னைச் சிதைத்துப் போட்டிருந்த அந்த நாட்கள். **நாம் நாகர்கோவிலில் சந்தித்த அந்த ஒரு முறை... உன் மனநிலை அவ்வளவு தூரம் பலவீனமாக இருந்தது.**

யாராவது நம்மைப் பார்த்துவிட்டால் தப்பாகிவிடுமோ என்ற உன் பயத்திற்காக, உன்னைப் பார்க்கும் மகிழ்ச்சியை விட உன் நிம்மதியே முக்கியம் என நினைத்தேன்.

நீ ஏறிய அந்தப் பேருந்தை, என் காரில் ஒரு **பைத்தியக்காரனைப் போலப் பின் தொடர்ந்தேனே...** அது எதற்காக? நீ பத்திரமாகச் சேர வேண்டும் என்ற அந்த ஒற்றைத் துடிப்பிற்காகத்தான்!

கேரளா பஸ்களில் ஏறப் பயந்து, தமிழ்நாடு பஸ்களில் மட்டுமே ஏறுவாய். உன் ஒவ்வொரு பயத்தையும் நான் என் சுமையாக ஏற்றுக் கொண்டேன்.

சிறிது தூரம் நாம் என் காரில் செல்ல வேண்டியிருந்தது. அப்போது கூட என் காரில் ஏறவே நீ பயந்தாய். கார் சற்றே வேகம் எடுத்தாலும் உன் உடல் நடுங்கியது.

அன்று நாகர்கோவில் பூங்காவில் நாம் அமர்ந்து பேசிக்கொண்டிருந்தபோது, அந்தப் பூங்காவின் ஒரு

மூலையைக் காட்டி நீ சொன்ன வார்த்தை இன்றும் என் இதயத்தில் வடுக்களாக இருக்கிறது.

"இந்த இடத்துலதான் என் மனசு கஷ்டமா இருக்கும்போதெல்லாம் வந்து உட்கார்ந்து பலமுறை அழுதிருக்கேன்..."

நாம் பேசிக்கொண்டிருந்தபோது, அருகில் இருந்த ஒரு திருமண மண்டபத்தில் பட்டாசு வெடிக்கும் சத்தம் கேட்டது. அந்தச் சத்தத்தைக் கேட்டதும், ஒரு சின்னக் குழந்தையைப் போலப் பயந்து **என் கையை நீ இறுகப் பற்றிக்கொண்டாய்.** ஒவ்வொரு முறை வெடிச் சத்தம் கேட்கும்போதும், இன்னும் அதிகப்படியான பயத்தோடு என் கைகளைப் பிடித்துக் கொண்டாய்.

அன்று... **அந்த ஒரு சிறு சத்தத்திற்கே பயந்து என் கரங்களுக்குள் தஞ்சம் புகுந்தாயே...** அன்று உன் பயத்தைத் துடைத்தவன் நான்! நாகர்கோவில் பூங்காவில் நீ சிந்திய கண்ணீருக்காக அன்று நான் வருந்தினேன்; நீ சிந்திய ஒவ்வொரு சொட்டுக் கண்ணீருக்கும் மருந்தாக நான் இருக்க வேண்டும் என்று துடித்தேன்.

நாகர்கோவிலில் நம்முடைய அந்த இரண்டாவது சந்திப்பு. எனக்காக **நீ கொண்டு வந்த அந்தப் புகைப்படச் சட்டகத்தை (Photoframe) என் கைகளில் கொடுத்தபோது, உன் கண்களில் ஒரு பெருமிதம் இருந்தது.** 'என்

போட்டோவை ஒரு போட்டோ ஷாப்பில் கொடுத்து எடிட் பண்ணி, **அதை வீட்டாருக்குத் தெரியாமல் பிரேம் போட்டு வாங்குவதற்குள் நான் பட்ட கஷ்டம் எனக்குத்தான் தெரியும்' என்று நீ விவரித்தபோது நான் மெய்சிலிர்த்துப் போனேன்.**

யாருடைய கண்ணிலும் படாமல், ஒரு ரகசியப் பொக்கிஷத்தைப் போல அதை நீ ஒளித்து வைத்து என்னிடம் கொண்டு வந்து சேர்த்த அந்தத் தவிப்பு இருக்கிறதே... அதை உனது காதலின் உச்சம் என்று நான் நம்பினேன். **'நாம ரெண்டு பேரும் எப்போதும் பிரியக்கூடாது'** **என்ற மௌனமான வாக்குறுதி அந்தப் பரிசில் ஒளிந்திருப்பதாகவே நான் என் மனதைக் கணக்குப்போட்டு வைத்திருந்தேன்.**

அன்று அத்தனை சிரமப்பட்டு நீ கொடுத்த அந்த புகைப்படச் சட்டகம் இன்றும் என் அறையில் அதே இடத்தில், அதே ஆணியில் தொங்கிக் கொண்டிருக்கிறது.

நாம் நாகர்கோவிலில் ஒரு துணிக்கடைக்குச் சென்றோமே... அன்று எனக்காக ஆடைகளைத் தேர்வு செய்த அந்தத் தருணம் இன்றும் என் கண்ணுக்குள் இருக்கிறது. நான் உழைத்துச் சம்பாதித்த பணம்தான் என்றாலும், **எனக்கான சட்டையின் அளவையும் (Size), எனக்குப் பொருத்தமான நிறங்களையும் (Colour) நீ ஒவ்வொன்றாகப் பார்த்துப் பார்த்துத் தேர்வு**

செய்தபோது, என் மனதிற்குள் ஒரு பேரானந்தம் இருந்தது.

ஒரு மனைவியின் உரிமையோடு நீ எனக்காக ஆடைகளைத் தேர்ந்தெடுத்த அந்த **நிமிடங்கள், நாம் இணையப் போகும் எதிர்காலத்திற்கான ஒரு முன்னோட்டமாகவே எனக்குத் தெரிந்தது**. 'என் விருப்பம் மட்டுமல்ல, உனக்குப் பிடித்ததுதான் என் அடையாளம்' என்று நான் உன்னை முழுமையாக நம்பினேன்.

உன்னைப் பார்க்க வரும்போதெல்லாம், வெறும் கையோடு நான் வந்ததே இல்லை. உனக்குப் பிடித்தமான ஏதாவதொரு பரிசை (Gift) ஆசையோடு வாங்கி வருவேன். அன்று ஒரு முறை நீ சொன்னாயே... **'இதுவரை எனக்கு யாருமே இப்படிப் பரிசுகள் தந்ததில்லை'** என்று! அந்த ஒரு நொடி, உனக்கு ஒரு நிழலாக இருக்கும் பாக்கியம் எனக்குக் கிடைத்ததற்காக நான் அத்தனை பெருமிதம் கொண்டேன்.

பூங்காவின் உன் கண்ணீருக்கு மருந்தாகி, உன் பயங்களை என் சுமையாகச் சுமந்தேன்; பயத்தில் நீ பற்றிய என் கைகள், உன்னைக் காக்கும் அரணாய் மாறின! நீ தந்த அந்தப் புகைப்படமே, நம் பிரியாத காதலின் மௌன சாட்சி; உன் ரசனையில் எனக்கான ஆடைகளைத் தேடுகையில், உன்னையே என் பாதியாகக் கண்டேன்!

கனவில் வந்த பாம்புகளும்... காவல் நின்ற மயில் புகைப்படமும்

நினைவிருக்கிறதா? உனக்குக் கனவில் அடிக்கடி பாம்புகள் வருவதாகச் சொல்லி நீ பயப்படுவாய். **'இன்னைக்கு ஏதாச்சும் கனவு வந்ததா?'** என்று ஒவ்வொரு நாளும் நான் உன்னிடம் அக்கறையோடு கேட்பேன். சில நாட்கள் 'இல்லை' என்பாய், பல நாட்கள் 'பாம்பு வந்தது, அம்மா வந்தாங்க' என்று கலக்கத்தோடு சொல்லுவாய்.

உன் பயத்தைப் போக்க நான் என்னென்னவோ செய்தேன். 'மயில் படம் வைத்தால் பாம்புகள் கனவில் வராது' என்று எங்கோ கேள்விப்பட்டு, அதை உனக்காகத் தேடிப்பிடித்துக் கொடுத்தேன்.

உன்னை என் உயிராக நினைத்ததால், எனக்கான அறையில் நீதான் அரசியாக வரவேண்டும் என்று, என் பெட்ரூமில் ஒரு பெரிய **மயில் புகைப்படச் சட்டகத்தை (Peacock Frame)** வைத்தேன். நினைவிருக்கிறதா? ஒவ்வொரு முறை நாம் வீடியோ காலில் (Video Call) பேசும்போதும், அந்தப் படத்தை உனக்குக் காட்டி நான் மகிழ்வேன். நீயும் அத்தனை உரிமையோடு என்னிடம் கேட்பாய்...

"எனக்காகத் தானே இதையெல்லாம் பார்த்துப் பார்த்துச் செய்திருக்கிறாய்?" உன் அந்தக் கேள்விக்குள்ளே என் மொத்த வாழ்க்கையும் அடங்கி இருப்பதாக நான் நம்பினேன். 'ஆம், உனக்காகத் தான்... உன் பயத்தைப்

போக்கத் தான்... நீ வரப்போகும் அறை இது' என்று நான் சொல்லாமல் சொன்ன பதில்கள் இன்றும் அந்தச் சுவர்களில் மோதித் திரும்புகின்றன.

வாக்குறுதிகளும்... வளைந்து கொடுத்த விசுவாசமும்

வீடியோ கால்களில் நாம் நம் எதிர்காலத்தைப் பற்றி மணிக்கணக்காகப் பேசிக்கொண்டிருப்போம். அந்த உரையாடல்கள் வெறும் வார்த்தைகள் அல்ல, அவை நாம் கட்டப்போகும் வாழ்க்கைக்கான அஸ்திவாரங்கள். '**புருஷன் -பொண்டாட்டி**' என்று நாம் ஒருவரை ஒருவர் அழைத்துக்கொண்ட அந்த நொடிகள், நாம் ஏற்கனவே இணைந்துவிட்ட உணர்வைத் தந்தது.

நினைவிருக்கிறதா? ஒருமுறை ரொமாண்டிக்காகப் பேசிக்கொண்டிருந்தபோது நீ என்னிடம் ஒரு கேள்வி கேட்டாய்: "**நிஜ வாழ்க்கையில் என்னால் உன்னைத் திருப்திப்படுத்த முடியாவிட்டால், நீ வேறு பெண்ணைத் தேடிச் செல்வாயா?**"

உன் அந்தக் கேள்விக்கு ஒரு கணம் கூட யோசிக்காமல் நான் சொன்ன பதில் இன்றும் என் காதுகளில் ஒலிக்கிறது: "**நிச்சயமாக மாட்டேன். நீ என்னைச் சந்தோஷப்படுத்தவில்லை என்றாலும் நான் வேறு யாரிடமும் போகமாட்டேன். எனக்கு உன்னைத்தான் பிடிக்கும். நான் உனக்கு எப்போதும் உண்மையுள்ளவனாக (Loyal) இருப்பேன்.**"

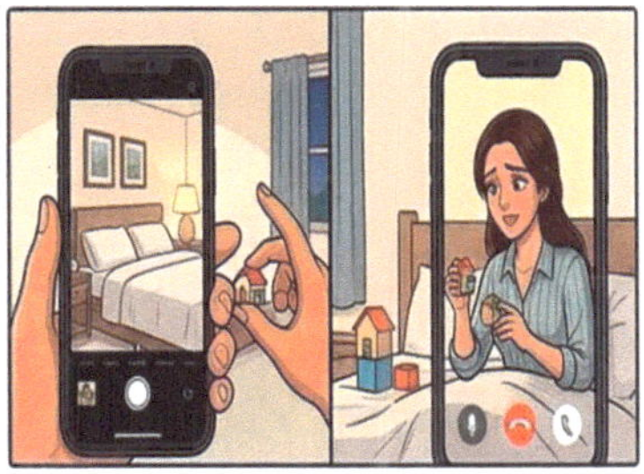

அன்று நான் கொடுத்த அந்த வாக்குறுதி என் ஆத்மாவிலிருந்து வந்தது. உடலையும் தாண்டிய ஒரு பிணைப்பு நமக்குள் இருப்பதாக நான் நம்பினேன். **'Loyalty'** என்பது எனக்கு ஒரு வார்த்தை அல்ல, அது என் கொள்கை என்று உனக்கு நிரூபிக்கத் துடித்தேன்.

நினைவிருக்கிறதா? நாம் வருங்காலத்தைப் பற்றிப் பேசிக்கொண்டிருந்த அந்த அழகான இரவில், நம்முடைய **Honeymoon** பற்றியும் கனவு கண்டோம். நான் ஆசையாக நம்முடைய முதலிரவுப் பயணத்திற்காக **Gulf Country** போகலாம் என்று சொன்னபோது, நீ சட்டென மறுத்தாய்.

'எனக்கு அந்த நாடுகள் வேண்டாம்... அங்கேதான் என் அம்மா இறந்தார்கள். இப்போதும் **ஏர்போர்ட்டைப் (Airport) பார்த்தாலே எனக்கு அழுகை வரும்**' என்று நீ கண் கலங்கியபோது, என் இதயம் துடித்தது.

உன் அம்மா மீதான உன்னுடைய அந்தப் பாசத்தையும், உன் மென்மையான மனதையும் பார்த்து, 'இவளைப் போல ஒரு பெண் எனக்குக் கிடைக்க நான் புண்ணியம் செய்திருக்க வேண்டும்' என்று நினைத்தேன்.

உன் கண்ணீரைத் துடைக்க, 'உனக்குப் பிடித்த இடத்திற்கே நாம் போவோம்' என்று உன்னை ஆறுதல் படுத்தினேன்.

விமான நிலையக் காற்று உன் விம்மலைச் சொன்னால் அந்த திசையையே என் வரைபடத்தில் அழிப்பேன்! உன் துயரம் துடைக்கும் கைக்குட்டையாய் நான் இருப்பேன், காலம் முழுதும் உனக்காக மட்டுமே வாழ்வேன்!

போராட்டமும், சம்மதமும், அந்தத் தங்க மோதிரமும்

2024-ஆம் ஆண்டு ஆகஸ்ட் மாதம் என் வாழ்வில் ஒரு பெரும் போர்க்களமாகவே தொடங்கியது.

நம் காதலை முறைப்படி வீட்டில் சொல்ல முடிவெடுத்தோம். ஆனால், "காதலிக்கிறோம்" என்று சொன்னால் ஆரம்பத்திலேயே எதிர்ப்பு வரும் என்று பயந்து, ஒரு தந்திரமான வழியை யோசித்தோம். "மேட்ரிமோனியில் பார்த்தோம், எனக்குப் பிடித்திருக்கிறது, நீங்களே நேரில் போய் விசாரித்து வாருங்கள்" என்று பெற்றோரிடம் சொன்னேன்.

நம் இருவருடைய ஐடியா (Mutual Idea) தானே? உண்மையைச் சொல்லப்போனால், அதில் பொய் எதுவும் இல்லையே... மேட்ரிமோனி தளம் வழியாகத்தானே முதன்முதலில் நாம் பேசத் தொடங்கினோம்? அந்த ஒரு சிறு உண்மையை வைத்து நம் காதலைக் காப்பாற்றிக் கொள்ள நினைத்தோம்.

நீ கொடுத்த உன் பயோடேட்டாவை (Biodata) என் அம்மா பார்த்த அந்த நிமிடம் எனக்கு இன்னும் நினைவிருக்கிறது. உன் முதல் பெயரைச் சொல்லி, "**இனி இவளை நம் வீட்டுப் பெண்ணாக இப்படித்தான் கூப்பிடப் போகிறோம்**" என்று அம்மா ஆசையோடு சொன்னபோது, என் இதயம் மகிழ்ச்சியில் துள்ளியது. என் குடும்பமே உன்னை மனதார ஏற்றுக்கொண்ட அந்தத் தருணம், என் வாழ்வின் மிகப்பெரிய நம்பிக்கையை எனக்குக் கொடுத்தது.

அந்த நம்பிக்கையோடுதான் அடுத்த நாளே என் அப்பா மற்றும் அம்மா உங்கள் ஊருக்கு வந்தார்கள். ஆனால் அங்கே விதி வேறு விளையாட்டைத் தொடங்கியது. உன் பெரியம்மா வீட்டில் இல்லாததால், அங்கிருந்த அவர் மகளிடமும் அக்கம்பக்கத்திலும் விசாரிக்க வேண்டிய சூழல் ஏற்பட்டது.

அப்போதுதான் உன் அம்மா தற்கொலை செய்துகொண்ட செய்தி அவர்களுக்குத் தெரியவந்தது. அதற்குக் காரணம் குடும்பக் கடன் போன்ற கசப்பான உண்மைகளை ஊர்க்காரர்கள் சொல்ல, என் பெற்றோர் அதிர்ந்து போனார்கள்.

ஒரு பெற்றோராக என் எதிர்காலத்தைக் கருதி அவர்கள் சொத்து விவரங்களைப் பற்றிச் சில கேள்விகளைக் கேட்டிருக்கலாம். ஆனால், அங்கே இருந்த **உன் பெரியம்மா மகள் அதை அப்படியே உன்னிடம் தவறாகச் சித்தரித்துவிட்டாள். "உன் குடும்பத்தைப் பற்றி**

அசிங்கமாக விசாரிக்கிறார்கள்" என்று அவள் போட்ட அந்தத் தீ, நம் உறவையே பொசுக்கத் தொடங்கியது. ஒரு நல்ல தொடக்கம், ஒரு தவறான புரிதலால் பெரும் பூதாகரமாக மாறத் தொடங்கிய தருணம் அது!

என் வீட்டில் உன்னைப் பற்றிப் பேசும்போதெல்லாம் எனக்குப் பெரிய போராட்டமாகவே இருக்கும். 'நீ அந்தப் பெண்ணைத் திருமணம் செய்துகொண்டால் உன் வாழ்க்கை கஷ்டப்படும், **நீ ஒருபோதும் சந்தோஷமாக இருக்கமாட்டாய்' என்று என் பெற்றோர் எச்சரித்த போதெல்லாம், நான் உன்னிடம் வந்து அதைச் சொல்வேன்.**

ஆனால் நீயோ, அப்போது மிகவும் பக்குவமாகப் பேசுவாய். 'உன் அம்மா, அப்பா உன்னுடைய வாழ்க்கையைத் தானே பார்ப்பார்கள்? அவர்களுக்கு உன் மேல் அக்கறை. நீ கொடுத்து வைத்தவன், உனக்கு நல்ல பெற்றோர் கிடைத்திருக்கிறார்கள். **எனக்குத்தான் உன் அப்பா, அம்மாவைப் போல அன்பு காட்ட யாருமே இல்லை'** என்று நீ சொன்ன அந்த வார்த்தைகள் என் நெஞ்சைப் பிசைந்தன.

உன் அந்தப் பேச்சில் இருந்த ஏக்கம் என்னைத் தூங்க விடவில்லை. உனக்கு யாருமே இல்லை என்று நீ சொன்னபோது, 'இனி உனக்கு நான் இருக்கிறேன்' என்று உன்னோடு உறுதியாக இருக்க வேண்டும் என்று முடிவெடுத்தேன். என் பெற்றோரின் எச்சரிக்கையை விட, உன் தனிமை எனக்குப் பெரிய வலியாகத் தெரிந்தது.

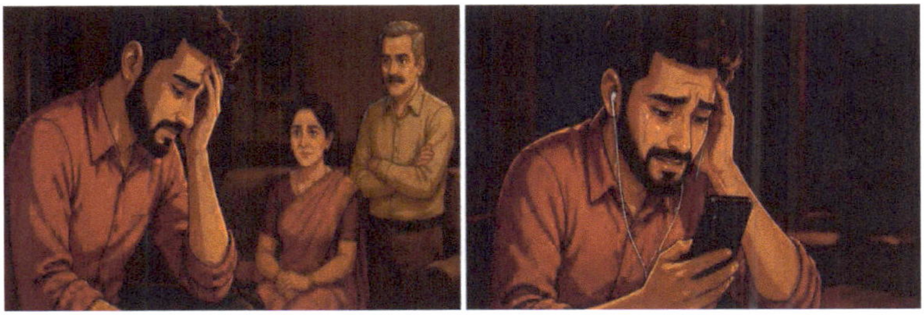

அதிலும் நீ எனக்கு அனுப்பி வைத்தாயே ஒரு ஆடியோ... அந்த ஆடியோவைக் கேட்காத நாளொன்று என் வாழ்வில் இருந்ததில்லை. **உன் குரலில் இருந்த அந்தத் தவிப்பும், 'எனக்கு நீதான் எல்லாம்' என்று நீ அழுத அந்த ஓசையும் என் ஆன்மாவை உன்னோடு கட்டிப்போட்டது.** அந்த ஆடியோவை மீண்டும் மீண்டும் கேட்கும் போதெல்லாம், உலகமே எதிர்த்தாலும் உன்னை மட்டும் கைவிடக்கூடாது என்ற பிடிவாதம் எனக்குள் வளர்ந்தது. உனக்காக நான் எதையும் இழக்கத் தயாரானேன்.

கடைசி வரை உனக்குத் துணையாக, உன்னைப் பாதுகாக்கும் உன் 'ஜின்னாகவே' (Jinn) வாழ முடிவெடுத்தேன்.

அன்று நான் உன்னிடம், "**எனக்கு 32 வயது வரை திருமணம் ஆகாது, நமக்காக வேண்டிக்கொள்**" என்று சொன்னது ஏதோ ஜோதிடத்தைக் கண்டு பயந்து அல்ல; அது உனக்காக நான் எடுத்த ஒரு வைராக்கியம்! அந்த வயது வரை உன்னைத் தவிர வேறு எந்தப் பெண்ணையும் நான் ஏறெடுத்தும் பார்க்க மாட்டேன் என்று எனக்கே நான் போட்டுக்கொண்ட சத்தியம் அது.

என் வீட்டில் இப்போது நம் காதலை ஏற்க மறுக்கிறார்கள்" என்று நான் சொன்ன அந்த ஒரு நிமிடம்... நீ ஒரு காதலியாக மாறி எனக்கு ஆறுதல் சொல்வாய் என்றுதான் நினைத்தேன். ஆனால், நீ ஒரு போர்க்களத்தையே உருவாக்கினாய்.

என் நண்பர்களுக்கெல்லாம் மெசேஜ் அனுப்பி, "**இவன் என்னை ஏமாற்றிவிட்டான்**" என்று என்னைப் பற்றித் தரக்குறைவாகப் பேசினாய். என் நண்பர்கள் ஒவ்வொருவராக என்னிடம் வந்து, "**ஏன்டா இப்படிப் பண்ணின? ஒரு பொண்ணு வாழ்க்கையில விளையாட உனக்கு எப்படி மனசு வந்தது?**" என்று என்னையே ஒரு குற்றவாளியைப் போலப் பார்த்தபோது, நான் செத்துப் பிழைத்தேன்.

என்னை உன் நண்பர்கள் மத்தியிலும், என் நண்பர்கள் மத்தியிலும் அசிங்கப்படுத்துவதில் உனக்கு அப்படி ஒரு வெறி!

அன்று அந்த **Video Call**-இல் என் கலங்கிய முகத்தைப் பார்த்து நீ கேட்ட அந்த ஒரு கேள்வி... இன்றும் என் காதுகளில் ரத்தமாக வழிகிறது:"**உன் காதலை உன் வீட்ல சொல்ல உனக்குத் தைரியம் இல்லையா? நீ ஒரு ஆம்பளையா?**"

உன் ஆத்திரத்தோடு நிறுத்திக் கொள்ளவில்லை. அடுத்த நிமிடமே கண்ணீரோடு "**எனக்கு யாருமே இல்லை... லூசு, உன்னை நம்பிதானே நான் இருக்கேன்**" என்று பாசத்தைக் கொட்டி என்னை அப்படியே முடக்கிப் போட்டாய். ஒரு பக்கம் என் ஆண்மையைச் சீண்டி காயப்படுத்தினாய், மறுபக்கம் உன் அனாதை நிலையைச் சொல்லி என் மனசாட்சியைச் சுட்டாய்.

அந்த ஒரு வார்த்தைக்காகத்தான்... 'நான் ஆம்பளைதான்' என்று உனக்கு நிரூபிக்கவும், 'உனக்கு நான் இருக்கிறேன்' என்று உன் கண்ணீரைத் துடைக்கவும், நான் என் பெற்றோரையே பகைத்துக் கொண்டேன்

ஆரம்பத்தில் நம் காதலைக் கடுமையாக எதிர்த்த என் பெற்றோரைச் சம்மதிக்க வைக்க, ஏறத்தாழ ஒரு மாத காலம் நான் நடத்திய போராட்டங்கள் எவருக்கும் தெரியாது.

என் வீட்டில் நம் காதலுக்குப் பெரும் போர் நடந்தபோதும், உன்னை விட்டுக்கொடுக்காமல் போராடி அவர்களைச் சம்மதிக்க வைத்தேன். ஒவ்வொரு முன்னேற்றத்தையும் உன்னிடம் பகிர்ந்து கொண்டேன். உன் தனிமையையும், உனக்கு யாரும் இல்லாத அந்த ஏழ்மையையும் என் பெற்றோரிடம் கொஞ்சம் கொஞ்சமாக எடுத்துச் சொன்னேன். தினமும் உன்னைப் பற்றிப் பேசிப்

பேசியே, அவர்களின் கல் மனதை மெல்ல மெல்லக் கரைத்தேன்.

ஒருவழியாக பெற்றோரைச் சம்மதிக்க வைத்த அந்த மகா மகிழ்ச்சியில், உன்னை நாகர்கோவிலில் உள்ள ஒரு நகைக்கடைக்கு அழைத்துச் சென்றேன். அங்கு உனக்குப் பிடித்த அந்தப் பச்சை நிறக் கல் பதித்த மோதிரத்தை (Green Stone Ring) பார்த்தோம். அன்று நம்மிடம் பணம் சற்றே குறைவாக இருந்தது. ஆனாலும் உன் ஆசையை நிறைவேற்ற வேண்டும் என்பதற்காக, என் நண்பனிடம் பணம் கேட்டு வாங்கி, அந்த மோதிரத்தை உனக்காக வாங்கினேன்.

'நீதான் என் வாழ்க்கை' என்று சொல்லி உன் விரலில் அந்தத் தங்க மோதிரத்தை அணிவித்தபோது, என் உயிரை விட மேலாக உன்னை நான் முழுமையாக நம்பினேன்.

இறுதியில் என் போராட்டத்திற்குப் பலன் கிடைத்தது. என் அம்மா ஒருநாள், '**ஆமாம்... அவளைப் போல யாரும் இல்லாத ஒரு பெண்ணுக்கு ஒரு கணவன் வேண்டும், ஆதரவு வேண்டும். அவளுக்கு நீ துணையாக இரு**' என்று மனதாரச் சொன்னார். அம்மாவையே சம்மதிக்க வைத்துவிட்டேன் என்ற அந்தப் பெருமிதத்தையும்,

மகிழ்ச்சியையும் அடுத்த நிமிடம் உன்னிடம் ஓடி வந்து சொன்னேன். நாம் ஜெயிக்கப் போகிறோம் என்று நான் நம்பிய தருணம் அது.

உன்னுடைய தேவைகளை மட்டுமின்றி, உன்னுடைய **தங்கையின் தேவைகளையும்** கூட என் தேவையாகக் கருதி நிறைவேற்றினேன்.

அப்போது நீ என்னிடம் சொன்ன அந்த வார்த்தைகள் இன்றும் என் காதுகளில் ஒலிக்கின்றன... **'நான் அரசு வேலைக்காகப் பணம் கொடுத்திருக்கிறேன், இன்னும் இரண்டு மாதங்களில் வேலை கிடைத்துவிடும். கையில் ஒரு வேலையோடு உங்கள் வீட்டிற்கு வருகிறேன், அப்போது யாரும் நம் காதலை எதிர்க்க மாட்டார்கள்'** என்று நீ சொன்னபோது, அதை உன் முதிர்ச்சியான முடிவாக நான் பார்த்தேன்.

'என் மனைவி கௌரவமாக என் வீட்டிற்குள் நுழைய வேண்டும் என்று நினைக்கிறாளே' என்று உன் மீது இருந்த மரியாதை இன்னும் அதிகமானது. உன்னுடைய அந்த வார்த்தைகளை அப்படியே நம்பி, நமக்கான எதிர்காலக் கனவுகளை நான் கோட்டை கட்டத் தொடங்கினேன். நாம் நம் திருமணத்திற்குப் பிந்தைய வாழ்க்கையைப் பற்றி எவ்வளவு அழகாகத் திட்டமிட்டோம்!

நீ சென்னையில் வேலை பார்ப்பதாகவும், வாரத்திற்கு ஒருமுறை நான் உன்னைப் பார்க்க **விமானத்தில் (Flight)** வருவதாகவும், அல்லது விடுமுறை நாட்களில் நீ இங்கே வருவதாகவும் நாம் பேசிக்கொண்ட அந்தத் தருணங்கள்... அவை வெறும் பேச்சல்ல, என் வாழ்நாள் கனவுகள். '

என் மனைவி சென்னையில் ஒரு கௌரவமான பதவியில் இருப்பாள், அவளைப் பார்க்க நான் பறந்து வருவேன்' என்று நான் நினைத்த ஒவ்வொரு நொடியும் ஒரு கவிதை போல இருந்தது.

உன் நினைவிலேயே என் பொழுதுகள்
(2023 SEP- 2025 NOV)

ஒவ்வொரு ஞாயிறு காலையிலும் நீ சர்ச்சுக்குச் செல்லும்போது என்னை வரச் சொல்லுவாய். உன்னைப் எந்தத் தடையுமின்றி ஓடி வருவேன். என் நேரத்தை உனக்குத் தந்தேன் என்று சொல்வதை விட, என் வாழ்வையே உனக்காகத் தேய்த்தேன் என்றுதான் சொல்ல வேண்டும்.

அந்த ஞாயிற்றுக்கிழமைகள்... உலகம் ஓய்வெடுக்கும் நாளில், நான் உனக்காக ஓடிக்கொண்டிருப்பேன். **சர்ச் வாசலில் நீ வருவாய் என்று நான் காத்திருந்த அந்த நிமிடங்கள் இருக்கிறதே... அது ஒரு பக்தன் கடவுளுக்காகக் காத்திருக்கும் தவம் போன்றது.**

நீ சர்ச்சுக்குள் பிரார்த்தனை செய்துகொண்டிருந்த போது, வெளியே உனக்காகக் காத்திருந்த நான் '**நீயே என் உலகம்**' என்று உன்னையே வேண்டிக்கொண்டிருந்தேன். அன்று நீ காட்டிய அந்தச் சிரிப்பில் இவ்வளவு வஞ்சகம் ஒளிந்திருக்கும் என்று தெரிந்திருந்தால், அந்தச் சிலுவை அடியில் நின்றபோதாவது நான் உன் உண்மையான முகத்தைக் கேட்டிருப்பேன்.

நாள்தோறும் சராசரியாக 2 மணி நேரம் வீடியோ காலில் உன்னோடு பேசிக்கொண்டிருப்பேன். குறிப்பாக ஞாயிற்றுக்கிழமைகளில், சர்ச் முடிந்து வந்த பிறகு அன்று முழுவதுமே வீடியோ காலில் உன்னோடுதான் இருப்பேன்.

நாள்தோறும் சராசரியாக 2 மணி நேரம் வீடியோ காலில் உன்னோடு பேசிக்கொண்டிருப்பேன். குறிப்பாக ஞாயிற்றுக்கிழமைகளில், சர்ச் முடிந்து வந்த பிறகு அன்று முழுவதுமே வீடியோ காலில் உன்னோடுதான் இருப்பேன்.

அதுமட்டுமா? **உன்னைப் பார்க்க வேண்டும் என்ற ஏக்கத்திலேயே அடிக்கடி உங்கள் தெரு வழியாக நான் வருவேன். நான் வரும் அதே நேரத்தில், நீயும் ஏதோ கடைக்குச் செல்வது போல வீட்டை விட்டு வெளியே வந்து என்னைக் கடந்து செல்வாய்**. நான் பைக்கிலோ அல்லது காரிலோ வரும்போது, அந்தத் தெரு முனையில் நாம் சந்தித்துக் கொள்ளும் அந்தச் சில நொடிகள்... இப்போதும் என் நினைவில் இருக்கிறது.

என்னைத் தற்செயலாகப் பார்ப்பது போல நீ காட்டும் அந்தப் பாவனையும், என்னைப் பார்த்தவுடன் நீ சிந்தும் அந்தச் சிரிப்பும்... அதற்குப் பின்னால் இவ்வளவு பெரிய வஞ்சகம் இருக்கும் என்று நான் நினைக்கவே இல்லை. **அந்தச் சிரிப்பை உண்மை என்று நம்பி, என் உலகத்தையே உன்னிடம் ஒப்படைத்தேன்**. ஆனால், இன்று திரும்பிப் பார்க்கும்போதுதான் தெரிகிறது, நீ காட்டியது அன்பான சிரிப்பல்ல; என்னை வீழ்த்துவதற்காக நீ விரித்த அழகான வலை என்று."

என் 'Miss Queen'

உன்னை நான் பெயரால் அழைத்ததில்லை, என் **'Miss Queen'** என்றுதான் கொண்டாடினேன். எங்கு சென்றாலும் **'நீ என்னை மிஸ் பண்ணக்கூடாது'** என்று மெசேஜ் அனுப்பிவிட்டுத்தான் செல்வேன். ஒருமுறை என் போன் ஆஃப் ஆனபோது, துடிதுடித்துப்போய் என் நண்பர்களுக்கெல்லாம் மெசேஜ் அனுப்பி என்னைத் தேடினாயே... உன் மனதில் ஒரு நிமிடம் கூடத் தனிமை வரக்கூடாது என்று அத்தனை அக்கறை காட்டினேன்.

'கல்யாணத்திற்கு என் கிட்ட நகைகள் இல்லை, எனக்குத் தங்கம்னா ரொம்பப் பிடிக்கும்' என்று நீ என்னிடம் ஆசையோடு சொன்னாய். உன் அந்தச் சின்ன ஆசையைக் கூட நிறைவேற்றத் துடித்தவன் நான். 'நம்ம மேல மேல பணத்தைச் சேமிப்போம், நீ நகைக் கடைக்குப் போய்

இந்தச் சேமிப்புத் திட்டங்களைப் (Savings Schemes) பற்றி விசாரி' என்று நீ என்னிடம் ஐடியா சொன்னபோது, உன் எதிர்காலத்தைப் பற்றி நான் மட்டும்தான் கவலைப்பட்டேன்.

உனக்காக, உன்னுடைய நகைக் கனவுகளுக்காக நான் **Fixed Deposit (FD)** செய்தேன். என்னுடைய உழைப்பில் வந்த பணத்தை, உனக்காகவும் உன் எதிர்காலத்திற்காகவும் நான் சேமித்து வைத்த அந்த நிமிடங்களில், உன் மேல் நான் கொண்ட நம்பிக்கையும் அக்கறையும்தான் நிறைந்திருந்தது.

திருவனந்தபுரம் ஹாஸ்டலில் நீ தங்கியிருந்தபோது, உனக்கு வேறு எந்த பண வசதியோ அல்லது வாழ்வாதாரமோ இல்லை என்பது எனக்கு நன்றாகவே தெரியும் உன் ஒவ்வொரு நாளையும் நான் தான் பார்த்துக் கொண்டேன். உன்னுடைய ஹாஸ்டல் உணவு, உன் பஸ் செலவு என உன் அன்றாடத் தேவைகளைக்கூட, கொஞ்சம் கொஞ்சமாக நானே ஏற்றுக் கொண்டேன்.

உனக்காக என்னுடைய சேமிப்பு, நேரம், உழைப்பு என அனைத்தையும் அள்ளிக் கொடுத்தேன் '**நீ எனக்குக் கிடைத்த ஒரு ஜின் (Jinn), நான் எதைக் கேட்டாலும் உடனே செய்து விடுகிறாய்**' என்று நீ சொன்னாய். ஆம், உனக்காக எதையும் செய்யும் அந்த மாயாவி ஜின்னாகவே நான் மாறினேன் நீ என்றாவது ஒருநாள் என் மனைவியாக வருவாய் என்ற ஒரே ஒரு நம்பிக்கையில் தான்,

இதையெல்லாம் நான் செய்தேன். அந்த ஒரு நம்பிக்கையைத் தவிர, என் மொத்த வாழ்க்கையையும் உனக்காக அர்ப்பணித்த அந்த ஜின்னிடம் வேறு எந்த எதிர்பார்ப்பும் இருந்ததில்லை. அந்த நம்பிக்கையே என் உலகமாக இருந்தது.

என் நேர்மைக்கு நீ கொடுத்த அங்கீகாரம்

ஒவ்வொரு முறை நாம் சந்திக்கும் போதும், என் நேர்மையின் மீது நீ அத்தனை முக்கியத்துவம் கொடுத்தாய். நான் வேறு யாரிடமாவது பேசுகிறேனா என்று என் போனை வாங்கி நீ சோதிக்கும் போது கூட, '**என் மீது உனக்கு இருக்கும் அக்கறை**' என்றுதான் நான் அதை எண்ணினேன். என் உலகமே நீயாக இருந்தபோது, அந்தச் சோதனைகள் எனக்குச் சுமையாகத் தெரியவில்லை; மாறாக, உன் மீதான என் விசுவாசத்தை நிரூபிக்கும் வாய்ப்பாகவே அதைக் கருதினேன்.

நினைவிருக்கிறதா? ஒருமுறை ஒரு பெண்ணுக்கு மனிதாபிமான அடிப்படையில் நான் 300 ரூபாய் உதவி செய்தபோது, அந்தப் பெண்ணிடமே சென்று, **'என் புருஷனிடம் எதற்குப் பணம் கேட்கிறாய்?'** என்று நீ சண்டையிட்டாய். அன்று என் மீது நீ காட்டிய அந்த அதீத உரிமையும், மற்றவர்களிடம் என்னை உன்னவன் என்று நிலை நிறுத்திய அந்த வேகமும் எனக்குப் பெருமையாக இருந்தது.

உன் போலி ஆறுதலும்... என் ஏமாற்றமும்

"நினைவிருக்கிறதா? ஒருமுறை என் கல்லூரித் தோழியைப் பற்றி உன்னிடம் நான் வருத்தப்பட்டுப் பேசிக்கொண்டிருந்தேன். அவளுடைய மகிழ்ச்சிக்காக நான் பல உதவிகளைச் செய்தும், அவள் அதைச் சிறிதும் மதிக்காமல் என்னைத் தன் தேவைக்காகப் பயன்படுத்திக் கொண்டு (Used me) காயப்படுத்தியதை எண்ணி நான் மனமுடைந்து போயிருந்தேன்.

அன்று என் வருத்தத்தைப் பார்த்து நீ எனக்கு ஆறுதல் சொன்னாய்: **'நான் உன் அந்தத் தோழியைப் போலக் கிடையாது... எனக்கு அப்பப்போ கொஞ்சம் கோபம் வரும், அவ்வளவுதான்!'** என்று கூறி என் மீது நீ எவ்வளவு அன்பு வைத்திருக்கிறாய் என்பதை வெளிப்படுத்தினாய். **'உன்னைப் போய் நான் காயப்படுத்திவிட்டேனே (Hurt you)'** என்று நீ அன்று வருத்தப்பட்டபோது, உன்னை ஒரு தேவதையாகவே நான் பார்த்தேன்.

பலிபீடமான நட்பும்... நீ வீசிய பழியும்

வெளிநாட்டிலிருந்து வந்த என் கல்லூரித் தோழியைப் பார்க்கப் போவதை உன்னிடம் சொல்லிவிட்டுத்தான் சென்றேன். அவளது நிச்சயதார்த்தத்திற்குச் சென்றபோதும் உன்னைக் கேட்டுவிட்டுத்தான் போனேன். ஆனால், அவளுடைய திருமணத்திற்கு நான் போகக் கூடாது என்று நீ ஒரு கட்டளையிட்டபோது, மறுபேச்சின்றி என் நீண்ட கால நட்பைப் பலி கொடுத்தேன். அன்று என் நட்பு தோற்றது, உன்னுடைய பிடிவாதம் வென்றது.

நம் திருமணத்தைப் பற்றி என் வீட்டில் பேசிய விஷயங்களை, ஒரு குழந்தையைப் போல உன்னிடம் ஆசையாகப் பகிர்ந்து கொண்டேன். ஆனால் நீ? அந்தத் தோழியிடமே சென்று, '**இவன் தன் அம்மா பேச்சைக் கேட்டுக்கொண்டு என்னை ஏமாற்றுகிறான் (Cheat)**' என்று அபாண்டமாகப் பழி சுமத்தினாய். என் சொந்தத் தோழியின் முன்னாலேயே என்னை அசிங்கப்படுத்தினாய். '**உனக்குப் பணம்தான் முக்கியம்**' என்று என் தோழியின் வாயாலேயே என்னைச் சொல்ல வைத்தாயே... அன்று நான் அடைந்த அவமானம் உனக்குத் தெரியுமா?

சில மாதங்கள் கழித்து, அவள் மீண்டும் கன்னியாகுமரி வந்திருந்தபோது அவளுக்கு உடல்நிலை சரியில்லாமல் போனது. மனிதாபிமான அடிப்படையில் அவளைத் திருவனந்தபுரம் வரை காரில் கொண்டு விடச் சென்றேன்.

உன்னிடம் சொன்னால் நீ வருத்தப்படுவாய், என் மீது கோபப்படுவாய் என்று பயந்து அதை ஒரு கணம் மறைக்க நினைத்தாலும், **என் மனசாட்சி உறுத்தியதால் பிறகு உன்னிடம் உண்மையைச் சொன்னேன்.**

'அவளை ட்ராப் பண்ணப் போனப்ப கூட உன்னைப் பத்திதான் பெருமையா பேசிட்டு இருந்தேன்' என்று நான் சொன்னபோது, நீ அதை மதிக்கவில்லை. மாறாக, என்னை Block செய்தாய். ஒரு நாள் முழுவதும் என்னிடம் பேசாமல் 'மௌன விரதம்' இருந்தாய். அந்த ஒரு நாள்... நீ பேசாத அந்தச் சில மணிநேரங்கள் எனக்கு ஒரு யுகமாகத் தெரிந்தது.

உன் சாக்குகளும்... வஞ்சகத்தின் தொடக்கமும்

திருமணத்தைப் பற்றிப் பேச வேண்டிய தருணம் வந்தபோது, உன்னிடமிருந்து பதில்களுக்குப் பதிலாகச் சாக்குகளே அணிவகுத்தன. 'அரசு வேலைக்காகப் பணம் கொடுத்திருக்கிறேன்', 'வேலை உறுதியானால்தான் கல்யாணம்' என நீ அடுக்கிய காரணங்கள் ஒவ்வொன்றும் என் நம்பிக்கையை மெல்ல மெல்ல அரித்தன. வேலை விஷயத்தில் ஏதாவது முன்னேற்றம் இருக்கிறதா என்று நான் உன்னிடம் விசாரிக்காத நாட்களே இல்லை.

ஆனால் நீயோ, 'என் பெரியப்பா ஆகஸ்ட் மாதம் ஊரிலிருந்து வருவார், அதுவரை கொஞ்சம் பொறுமையாக இரு... இப்போது வீட்டில் சூழ்நிலை சரியில்லை' என்று கூறி என்னை ஒரு காத்திருப்போர் அறையில் அடைக்கப்பட்ட கைதியைப் போல மாற்றினாய். ஒரு நிச்சயமற்ற எதிர்காலத்திற்காகக் காத்துக் கிடப்பதில் இருக்கும் வலி கொடியது. காலங்கள் ஓடிக்கொண்டிருக்க, உன் பதிலுக்காகவும் உன் குடும்பத்தின் சம்மதத்திற்காகவும் நான் தவித்த தவிப்பு, என்னை ஒரு முட்டுச்சந்தில் நிறுத்திவிட்டது.

உனக்கு அந்த **அரசு வேலை (Govt Job) கிடைக்காது** என்பது உறுதியான பிறகு, திருவனந்தபுரத்தில் தனியார் நிறுவனத்திலாவது ஒரு நல்ல வேலை கிடைக்க வேண்டும் என்று நான் துடித்தேன். அதற்காக, இரவு முழுவதும் என்னை

உறங்க விடாமல் உனக்கான **Biodata**-வை தயார் செய்ய வைத்தாயே...

அடுத்த நாள் அதிகாலையிலேயே நான் வேலைக்குச் சென்று, கடுமையான வேலையின் பளுவில் (Work Pressure) இருந்தபோதும், 'இதில் இன்னும் கொஞ்சம் மாற்றம் (Alteration) செய்ய வேண்டும்' என்று கூறி என்னை வேலைக்கு இடையிலும் தொந்தரவு (Disturb) செய்தாய். உன் எதிர்காலத்திற்காக என் தூக்கத்தையும், என் அலுவலக வேலையையும் தியாகம் செய்துவிட்டு நீ கேட்ட மாற்றங்களை உடனுக்குடன் செய்துகொடுத்தேன்.

உன் குடும்பச் சூழ்நிலையைக் காரணம் காட்டி என்னை நீ காத்திருக்க வைத்த அந்த ஒவ்வொரு நாளும், **நீ எனக்கானவள் என்ற நம்பிக்கையில்தான் நகர்ந்தது.**

என் திருமணப் பேச்சும் உன் கண்ணீரும்
from 2024 OCT

என் பெற்றோர்கள் ஒவ்வொரு முறையும் எனக்கு ஒரு நல்ல வரனைப் பார்த்து, அது குறித்து நான் உன்னிடம் சொல்லும்போதெல்லாம், 'எனக்கு உன்னைத் தவிர வேறு யாரும் இல்லை; உன்னைத் திருமணம் செய்தால்தான் நான் மகிழ்ச்சியாக இருப்பேன்' என்று தேம்பித் தேம்பி அழுது என்னை உன் அன்பால் கட்டிப்போட்டாய்.

உன் கண்ணீரால் உன்னைத் தவிர வேறு ஒரு பெண்ணை என் வாழ்க்கையில் நினைத்துக்கூட பார்க்க முடியாதபடி என்னை முழுமையாக வசப்படுத்தினாய்.

உனக்காக நான் எத்தனை வரன்களை, எத்தனை புதிய காரணங்களைச் சொல்லித் தட்டிக்கழித்தேன் தெரியுமா? '**வயது போய்க்கொண்டே இருக்கிறதே, ஏன் இன்னும் திருமணம் செய்யவில்லை?**' என்று என் நண்பர்களும், எனக்குக் கீழ் வேலை செய்பவர்களும் கேட்கும்போது, என் மனதிற்குள் ஒரு சிறு சிரிப்பு வரும். அது, 'என் பின்னால் நீ இருக்கிறாய்' என்ற தைரியத்தில் வந்த சிரிப்பு.

உனக்குக் கேட்டதெல்லாம் செய்த அந்த 'ஜின்' (Jinn) ஆக, எனக்கான வரன்களை நான் தவிர்க்கும் போதெல்லாம், 'பரவாயில்லை, உனக்காகத் தானே இதைச் செய்கிறேன்... **உன்னை ஒருபோதும் ஏமாற்றிவிடக் கூடாது,** நீதானே என்னுடன் வாழப்போகிறாய்' என்ற அசைக்க முடியாத நம்பிக்கையில்தான் என் காலத்தைக் கடத்தினேன். என் உழைப்பும், சேமிப்பும், என் இளமையும் உனக்காகக் கரைந்தாலும், நீ என் மனைவியாவாய் என்ற அந்தப் புனிதமான எதிர்பார்ப்பு மட்டுமே அன்று என் உலகமாக இருந்தது.

உன் கண்ணீருக்குக் கட்டுப்பட்டு தேடி வந்த வரன்களை எல்லாம் தட்டிக்கழித்தேன்; வயது கூடினாலும் உன் அன்பு துணையிருக்கும் என்ற தைரியத்தில் இளமையைக் கரைத்தேன்!உனக்குக் கேட்டதைச் செய்யும் 'ஜின்' ஆக, எனக்கான உலகத்தையே உனக்காகத் துறந்தேன்; என் உழைப்பும் சேமிப்பும் உன் கழுத்தில் தாலியாக மாறும் என்ற கனவிலேயே வாழ்ந்தேன்!

திருவனந்தபுரம் பயணங்களும், பணச் சுரண்டலும்

உன் பணத் தேவைகளுக்காகவும் ஆசைகளுக்காகவும் சுமார் ₹3.5 லட்சம் வரை செலவு செய்தேன். வாரம் ஒருமுறை என்னை திருவனந்தபுரத்திற்கு வரவழைத்தாயே...

நினைவிருக்கிறதா? நாம் துணிக்கடைக்குச் செல்லும்போது, ஒரு துளி கூட ஆண் அகந்தை (**Male Ego**) இல்லாமல், நீ வாங்கிய உடைகளைத் தூக்கிக் கொண்டு உன் பின்னால் ஒரு பணியாளனைப் போல வருவேன். நீ ஒவ்வொரு ஆடையாகத் தேர்வு செய்துவிட்டு ட்ரையல் ரூமிற்குள் (**Trail Room**) செல்லும்போதும், **நீ வெளியே வரும்**

அந்த ஒரு நொடிக்காக, வெளியே ஒரு நாய் போல உன் முகத்தையே பார்த்துக் கொண்டு காத்து நின்றேன்.

உனக்குப் பிடித்த எல்லா உடைகளையும் நான் வாங்கிக் கொடுத்தேன். நீ அந்தப் புதிய ஆடைகளை அணிந்து கொண்டு ட்ரையல் ரூமை விட்டு வெளியே வந்து, என் முன்னால் நின்று அழகு காட்டிய அந்த நிமிடம்... அந்த மகிழ்ச்சியில் நான் என்னையே மறந்தேன். **உன் முகத்தில் அந்தப் புதிய ஆடைகள் தரும் பிரகாசத்தைக் காணும்போது, நான் பகலில் சிந்திய வியர்வையும், நான் சுமந்த அந்தத் துணி மூட்டைகளும் எனக்கு ஒரு பாரமாகவே தெரியவில்லை.**

உன் சிரிப்புதான் என் உலகமென நினைத்தேன். எனக்காக ஒரு ரூபாய் செலவு செய்ய ஆயிரம் முறை யோசிக்கும் நான், உனக்காகப் பல ஆயிரம் செலவு செய்து ஆடைகளை ஒரு நொடியில் வாங்கிக் கொடுத்தேன். உன் சந்தோஷத்தில் நான் கண்ட அந்தத் திருப்தி, என் வாழ்நாள் முழுமைக்கும் போதுமென நினைத்தேன்.

உனக்கு பிடித்த ஆடைகளை வாங்கித் தந்தபோதும், 'உணவு பிடிக்கவில்லை' என்று நீ சொன்னபோது பதறியடித்துக்கொண்டு உனக்கு உணவும் பணமும் தந்து

கவனித்தபோதும், நான் ஒரு கணவனின் உரிமையில் நின்றேன்.

என் அன்பைப் பகடையாக்கி, **என் தங்கச் சங்கிலியை விற்கச் சொன்னாய், பர்சனல் லோன் எடுக்கச் சொன்னாய். 'எனக்கு யாரும் இல்லை' என்று நீ சொன்னபோது, உனக்கு உலகமே நானாக இருக்க வேண்டும் என்று உருகினேன்.**

ஒவ்வொரு வாரமும் மாலை 6 மணிக்கு வேலை முடிந்ததும், உடல் எவ்வளவு சோர்வாக இருந்தாலும் உன்னைப் பார்க்க வேண்டும் என்ற துடிப்பில் காரில் கிளம்பிவிடுவேன். காரில் செலவாகும் பெட்ரோல் பணத்தைப் பற்றி நான் ஒருபோதும் கவலைப்பட்டதில்லை. அந்த இரண்டரை மணி நேரப் பயணத்தில், காரில் ஒலிக்கும் ஒவ்வொரு பாடலும் உன்னை இன்னும் ஸ்பெஷலாக என் மனதில் நினைக்க வைத்தது.

'எப்போது வருவாய்?', 'இப்போது எங்கே இருக்கிறாய்?' என்று நீ அடிக்கடி போன் செய்து கேட்கும்போதெல்லாம், அந்தப் போக்குவரத்து நெரிசல் கூட எனக்கு ஒரு தடையாகத் தெரியவில்லை. **'உன்னைப் பார்க்கப்போகிறோம்' என்ற அந்த ஒற்றை மகிழ்ச்சியில் பசி, தாகம் என அத்தனையையும் மறந்தேன்.**

உன்னை உன் ஹாஸ்டலில் இருந்து பிக்-அப் (Pick up) செய்தது முதல், ஷாப்பிங், டின்னர் என உன்னோடு நேரத்தைச் செலவழித்துவிட்டு, மீண்டும் பத்திரமாக

கொண்டு போய் உன் ஹாஸ்டலில் விடும் வரை... அந்த ஒவ்வொரு நிமிடத்தையும் ஒரு கணவனின் உரிமையோடும் பொறுப்போடும் நான் கடந்தேன்.

உன்னோடு நேரத்தைச் செலவிட்டு நான் வீடு திரும்ப நள்ளிரவு 1 மணி ஆகும். ஆனால், அடுத்த சில மணி நேரங்களிலேயே, அதாவது அதிகாலை 4:30 மணிக்கு நான் மீண்டும் வேலைக்கு எழுந்திருக்க வேண்டும்.

அந்த சொற்ப நேர உறக்கத்தில் நான் கண்டது கனவுகள் அல்ல, உனக்காக மீண்டும் உழைக்கத் தேவையான வலிமையை மட்டுமே! **பகலில் சிந்திய வியர்வையும், இரவில் உறக்கமின்றி கசங்கிய என் கண்களும் உனக்குத் தெரியவே இல்லை.**

நிழலாக நின்ற அந்த ஒரு நாள்... என் பசியை விட உன் தேவையை நான் பெரிதாகப் பார்த்த தருணம் அது. ஒருமுறை ஹோட்டலில் நான் சாப்பிடச் சென்றிருந்தேன். இலை போட்டு உணவிற்காகக் காத்திருந்தபோதுதான் உன்னிடமிருந்து அந்த மெசேஜ் வந்தது. அப்போது என் கைவசம் இருந்தது வெறும் 200 ரூபாய் மட்டும்தான். என் பசி ஒருபுறம் கிள்ளினாலும், உன் குரலில் இருந்த அந்தத் தேவை என் பசியை மறக்கச் செய்தது. உடனே ஏதோ அவசர அழைப்பு வந்தது போல நடித்து அங்கிருந்து வெளியே வந்தேன். சாப்பிடாமல், அந்த 200 ரூபாயை உனக்கு அனுப்பிவிட்டு அன்று முழுதும் பசியோடு இருந்த அந்தத்

தருணத்தில் தான் நான் உண்மையான 'ஜின்னாக' மாறினேன்.

மர்ம மனிதனும்... என் மௌன வலியும்

உனக்கு அரசு வேலை வாங்கித் தருவதாகக் கூறி, ஏற்கனவே **திருமணமான ஒருவன்** உனக்காகப் பணம் கொடுத்ததாக நீயே என்னிடம் சொன்னாய். உன் அம்மா இறந்தபோது அவன் உனக்கு உதவியாக இருந்தான் என்றும் கூறினாய். அவன் உனக்காகச் செலவு செய்த பணத்தைத் திருப்பித் தர வேண்டும் என்பதற்காக, **என் கழுத்தில் கிடந்த தங்கச் சங்கிலியை அடகு வைக்கவும், என்னைப் புதிய லோன் (Loan) எடுக்கச் சொல்லியும்** நீ எவ்வளவு தூரம் என்னை வற்புறுத்தித் தொந்தரவு செய்தாய்! என் உழைப்பையும் சேமிப்பையும் உனக்காகத் தாரைவார்க்கத் துணிந்தேனே... அந்த நேர்மை உனக்குப் புரிந்ததா?

நம்முடைய அந்தத் திருவனந்தபுரம் சந்திப்பில், அவன் அங்கே நேரில் வந்து உன்னைத் தேடியது இன்றும் என் கண்ணுக்குள் இருக்கிறது. அவன் உனக்குத் தொடர்ந்து போன் செய்து தொந்தரவு செய்தபோது, நீ பயத்தில் நடுங்கியதை நான் பார்த்தேன். அவன் நேராக நம் முன்னால் வந்து, என் முகத்திற்கு நேராகவே, **'ஏன் இவன் கூட இங்கே சுத்திக்கிட்டு இருக்க?'** என்று உன்னை அசிங்கப்படுத்தியபோது என் ரத்தம் கொதித்தது.

'இவ பைக்ல வந்தா வரமாட்டாளாம், கார்ல வந்தாதான் வருவாளாம்' என்று அவன் கேவலமாகப் பேசியபோது நீ ஒரு வார்த்தை கூட அவனிடம் எதிர்த்துப் பேசவில்லை. அன்று அந்தப் பயத்தில் நீ என் கைகளை இறுகப் பற்றிக்கொண்டாயே... அந்தப் பயம் அவனுக்காகவா அல்லது உன் ரகசியங்கள் என்னிடம் தெரிந்துவிடும் என்பதற்காகவா?

அந்த மர்ம மனிதனின் முகத்திரையை இங்கே நான் கிழிக்க விரும்பவில்லை... அவன் யார் என்பது உனக்கு நன்றாகத் தெரியும்!

அன்று உன்னை ஹாஸ்டலில் விட்டுவிட்டு நான் வீடு திரும்ப நள்ளிரவு 1 மணி ஆனது. நான் வீடு செல்லும் வரை நீ ஹாஸ்டல் வாசலிலேயே நின்று அவனிடம் பேசிக்கொண்டிருப்பதாகச் சொன்னாய். அவன் தொந்தரவு தாங்காமல் அவனுடைய மனைவிக்கே போன் செய்து அவனைப் பற்றி நாம் புகாரளித்தோம். ஆனால் அடுத்த இரண்டு சந்திப்புகளில், '**அவன் வந்துவிடுவான், நீ வந்தால் உன்னைப் பற்றி உங்கள் வீட்டில் சொல்லிவிடுவான்**' என்று கூறி என்னை வரவிடாமல் தடுத்தாய்.

எல்லாவற்றிற்கும் மேலாக, என் போனில் இருந்த புகைப்படங்களையும் ஆதாரங்களையும் நீ அழித்தபோது நான் ஆத்திரத்தில் சண்டையிட்டேன்.

அப்போது **என் நம்பரை அந்தத் திருமணமானவனிடம் கொடுத்து, என்னை ஒருமையில் கேவலமான வார்த்தைகளால் (Bad Words) பேச வைத்தாயே...**

அவன் அப்படிப் பேசியும் நான் அமைதியாக இருந்ததற்கு ஒரே காரணம் உன்னுடைய பாதுகாப்பு மட்டும்தான்.

ஆதாரங்கள் அழிப்பு: OCTOBER 2025

சபின்குமார் (பெயர் மாற்றப்பட்டுள்ளது) கும் உனக்குத் திருமணம் என்று தெரிந்தபோது, என் உலகம் இருண்டு போனது. நான் கதறி அழுதபோது, '**இப்போ வந்து ஏன் என்கிட்ட சொல்ற?**' என்று நீ கேட்டாயே... அந்த ஒரு நொடியில் என் இதயம் ஆயிரம் துண்டுகளாகச் சிதறியது.

'இந்த நிலைமையை என்னால் தவிர்க்க முடியாது' என்று நீ சொன்னாய், நான் சொன்னேன் '**நினைத்தால் நிலைமையை மாற்றலாம்**' என்று, அப்போதும் அறிவு கெட்டத்தனமாக உன்னை இழக்கக் கூடாது என்று உன் காலில் விழாத குறையாக கெஞ்சினேன்

அதே சமயம், என்னை திருவனந்தபுரம் வரவழைத்து நாம் டின்னர் சாப்பிடச் சென்றபோது, 'வயிறு சரியில்லை' என்று கூறி நீ எதையும் சாப்பிடாமல் தவிர்த்தாய். அப்போது

நான் உனக்கு ஆறுதலாக நின்றபோது, நான் உனக்குக் கொடுத்த மோதிரத்தைக் காட்டி, 'இதன் கல் நிறம் மாறிவிட்டது, இது நீ கொடுத்தது இல்லை' என்று ஒரு பச்சைப்பொய்யைச் சொல்லி என் மனதைச் சிதைத்தாய்.

எப்போதும் போல என் போனை வாங்கிப் பார்ப்பது போல நடித்து, நம் இரண்டாண்டு கால அழகிய நினைவுகள், புகைப்படங்கள், வாட்ஸ்அப் உரையாடல்கள் என அத்தனையையும் நீயே அழித்தாய். நீ ஏன் இப்படிச் செய்தாய் என்று நான் கேட்டபோது, நம்மிடையே முதல் முறையாகப் பெரிய சண்டை வெடித்தது.

அதன் பிறகு, என் நம்பரை அந்தத் திருமணமான நபரிடம் கொடுத்து என்னை ஒருமையில் கேவலமாகப் பேச வைத்தாய்.

நான் உன்னிடம் வீடியோ காலில் (Video Call) கதறி அழுதபோது, எனக்கு ஆறுதல் சொல்வதாக நடித்து உன் தோழிகளுடன் ஒரு **Group Chat** உருவாக்கி, அதில் என்னை இணைத்தாய். என் கண்ணீரையும், என் வலியையும் உன் தோழிகளின் முன்னால் காட்டி என்னை ஒரு கோமாளியாகச் சித்திரிக்க வைத்தாயே... **என் அழுகையை நீ கேவலப்படுத்திய அந்த நிமிடம்,** என் காதலின் புனிதமே செத்துப் போனது.

இரண்டாண்டு நினைவுகளை உன் கைகளாலேயே என் கண்ணீரைத் தோழிகளிடம் வேடிக்கைப் பொருளாக்கி நீ சிரித்த அந்த நொடியில், என்னுள் இருந்த புனிதமான காதலே செத்துப்போனது.

தந்தையின் கண்ணீரும் என் மௌனமும்

என் சோகம் தாங்காமல், என் தந்தை உன் வீட்டு வாசலில் வந்து நின்றார். ஆம், எனக்காக உன் வீட்டிற்குப் பிச்சை எடுக்க வராத குறையாக அவர் வந்தபோது நீ அங்கு இல்லை. உன் அக்கம் பக்கத்தினர், 'சபின்குமாருடன் திருமணம் நிச்சயமாகிவிட்டது, இனி இது மாறாது' என்று முகத்தில் அடித்தார் போலச் சொன்னார்கள். அன்று என் அப்பா திரும்பி வந்து என்னிடம் கேட்டார், 'ஏன்டா இப்படி முட்டாளாக இருந்தாய்? எதையும் என்னிடம் சொல்லவில்லையே' என்று.

'எங்களுக்குப் பணமா முக்கியம்? உன்னுடைய சந்தோஷம் தான் முக்கியம்' என்று அவர் சொன்னபோது, அப்பாவின் கண்களைப் பார்க்க முடியாமல் நான் உள்ளுக்குள் அழுதுகொண்டிருந்தேன்.

'உன் பாதுகாப்பு எனக்கு முக்கியம், நீ சம்மதம் சொல்லாமல் நான் எப்படி ஆட்களை அனுப்ப முடியும்?' என்று நான் உனக்காகக் காத்திருந்த தியாகம் அவருக்குத் தெரியவில்லை. என் பெற்றோர் என்னிடம், **'ஒரு ரூபாய் கூட செலவு இல்லாமல் உனக்குப் பிடித்த பெண்ணையே நாங்கள் திருமணம் செய்து வைக்கிறோம்'** என்று

சொன்னதை உன்னிடம் சொல்லி, உனக்காக நான் கெஞ்சிய அந்த நிமிடங்கள் என் நினைவில் வந்து போனது.

உன் மானத்தைக் காக்க நான் மென்று விழுங்கிய உண்மைகள், இன்று என் தந்தையின் முன்னால் என்னையே ஒரு முட்டாளாகக் காட்டியது தான் மிச்சம்.

வஞ்சகத்தின் மறுபெயர் 'இரண்டாவது வாய்ப்பு'

சபின்குமாருக்கும் உனக்குமான திருமணம் பாதியில் நிற்பதற்குக் காரணமே, **அவரைப் பற்றி உன் ஊரில் பரவிய அந்த ஒரு தவறான செய்திதான் (Wrong Message) என்று நீ சொன்னாய்.** அந்தச் செய்தி உன் வாழ்க்கையையே கேள்விக்குறியாக்கியதை எண்ணி நான் துடித்தேன். எனக்காக நீ கிடைக்கவில்லை என்றாலும், இன்னொருவனுடன் நீ வாழவிருந்த வாழ்க்கை இப்படிச் சிதைந்துவிட்டதே என்று உன் துயரத்தைக் கண்டு என் வலியையே நான் மறந்தேன்.

உன் மேல் இருந்த அக்கறையினால், உன் சகோதரிக்கு நானே போன் செய்து, '**அக்கா இப்போது கடும் மன உளைச்சலில் (Depression) இருக்கிறாள். ஊருக்குள் பரவும் அந்தத் தவறான செய்திகளால் அவள் உடைந்து போயிருக்கிறாள். இந்த நேரத்தில் நீதான் அவளுக்குத்**

துணையாக இருக்க வேண்டும், அவளைப் பத்திரமாகப் பார்த்துக்கொள்' என்று பதறினேன்.

நீ அந்தச் சூழலில் தனித்துவிடப்பட்டுவிடக் கூடாது என்பதற்காக, உன்னைப் பிரிந்த பின்பும் நான் காட்டிய அந்தத் தூய்மையான அக்கறைக்கு நீ வைத்த பெயர் '**வஞ்சகம்**' என்று நான் அப்போது உணரவில்லை.

சபின்குமார் கும் உனக்குத் திருமணம் நிச்சயமாகி நின்றபோது, அது ஏதோ சூழ்நிலையால் நடந்தது என்று நம்பி, **மீண்டும் ஒருமுறை நம் காதலுக்காக உன்னிடம் கையேந்தி நின்றேனே... ஒரு பிச்சைக்காரனைப் போல!**

அப்போதுதான் என் அப்பா உடல்நலம் சரியில்லாமல் ஒரு மாதம் மருத்துவமனையில் அனுமதிக்கப்பட்டிருந்தார். என் வயது கூடிக்கொண்டே போவதையும், உனக்காக நான் எல்லா வரன்களையும் தட்டி கழிப்பதையும் கண்டு அவர் மனதளவில் மிகவும் உடைந்திருந்தார். மருத்துவமனைப் படுக்கையில் இருந்த அவரைப் பற்றிய கவலையையும், அந்த இக்கட்டான சூழலையும் உன்னிடம் பகிர்ந்தபோது நீ எவ்வளவு பக்குவமாக நடித்தாய்!

'முதலில் அப்பாவைப் பார்த்துக்கொள். அவருக்கு உடல்நிலை சரியான பிறகு, நம் திருமணத்தைப் பற்றி என் வீட்டில் பேசலாம். இப்போதைக்கு நீ அவர் அருகிலேயே இரு. நான் மட்டும் இப்போது

திருவனந்தபுரத்தில் இருந்திருந்தால் ஓடிவந்து உன் அப்பாவைப் பார்த்திருப்பேன், ஆனால் நான் இங்கே வீட்டுக்காவலில் (House Arrest) இருக்கிறேன்' என்று நீ சொன்ன அந்தத் தேனொழுகும் வார்த்தைகளை அப்படியே நம்பினேன்.

உன் பேச்சில் இருந்த அந்த அக்கறை, என் காதலை இன்னும் பலமடங்கு கூட்டியது. உனக்காக எதையும் செய்யத் துணியும் ஒரு '**ஜின்னாக' (Jinn)** உன் நிழலிலேயே கிடக்க முடிவெடுத்தேன்

'உன்னைப் பார்த்துக்கொள்ள யாரும் இல்லை, நீ என்னுடன் இருந்தால் எப்போதும் மகிழ்ச்சியாக இருப்பாய்' என்று மீண்டும் உன்னிடம் நான் கெஞ்சினேன்...

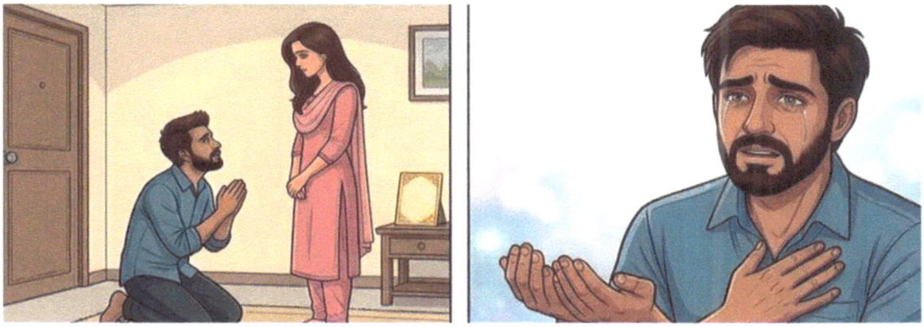

நீ செய்த தவறுகள் அனைத்தும் அந்தச் சூழ்நிலையால் வந்தவை என்று உன்னை குருட்டுத்தனமாக நம்பி, **'உன் அம்மாவையும் அப்பாவையும் நீ மிஸ் பண்ணாதபடி நான் பார்த்துக்கொள்வேன். அவர்கள் உன்னை எப்படிப் பார்த்துக் கொண்டார்களோ, அதே அன்போடு உன்னைத் தாங்குவேன். நீ உன் விருப்பப்படி வாழலாம், உனக்கு நான் முழு துணையாக (Support) இருப்பேன்**' என்று என் வாழ்வையே உனக்காக அடகு வைத்தேன்.

அப்போது நீ சொன்ன அந்த வார்த்தைகள் இன்றும் என் காதுகளில் ரீங்காரமிடுகின்றன

.'**நீ என்னைத் தீவிரமாகக் காதலிக்கிறாய், அதனால் உனக்கு ஒரு வாய்ப்பு தருகிறேன்; உனக்குத் தராத வாய்ப்பை நான் வேறு யாருக்குத் தரப்போகிறேன்?**' என்று நீ சொன்னபோது, என் உலகம் மீண்டும் ஒளிபெற்றதாக நினைத்தேன். அந்த ஒரு நிமிடம் உன் காலடியில் விழுந்து அழ வேண்டும் என்று தோன்றியது.

சபின்குமார் பற்றிப் பரவிய அந்தத் தவறான மெசேஜை நான்தான் அனுப்பி அந்தத் திருமணத்தை நிறுத்தினேன் என்று என் குடும்பத்தார் என்னை ஒரு மாதிரியாகப் பார்க்கிறார்கள். எனக்கு இங்கே இருக்கவே பிடிக்கவில்லை' என்று **நீ கண்ணீர் வடித்தபோது, அதை உண்மை என்று நம்பி உன் மேல் பரிதாபப்பட்டேன்.**

'வீட்டில் பிரச்சினை, **'என் வீட்டில் என்னைக் கண்காணிக்கிறார்கள், நானே உனக்கு மெசேஜ் செய்கிறேன்'** நாம் **WhatsApp Call**-இல் மட்டும் பேசுவோம், **Disappearing Messages** மூலம் மெசேஜ் செய்வோம்என்று சொல்லி, என் கைகளைக் கட்டிப்போட்டாய். நான் உன் வீட்டாரிடம் முறைப்படி பேச முயன்றபோதெல்லாம், **'கொஞ்சம் பொறு, நானே சொல்கிறேன்'** என்று கூறி என்னை ஒரு காத்திருப்போர் அறையில் அமர வைத்த கைதியாக மாற்றினாய். உன் பாதுகாப்புதான் எனக்கு முக்கியம் என்று என் ஆசைகளைச் சுமந்து கொண்டு நான் அமைதியாக இருந்தேன்

மரணத்திலும் லாபம் தேடிய வஞ்சகம்
NOVEMBER 2025

இனி எல்லாம் சரியாகிவிடும், **நீ தரகர் மூலம் வா... நேரில் வந்தால் பிரச்சனை**' என்று அடுத்த பொய்யைச் சொல்லி என்னை ஒரு பிச்சைக்காரனைப் போல அலைய வைத்தாய். ஒருபுறம் நம் திருமணத்திற்காக உறக்கமில்லாமல் நான் தவித்துக் கொண்டிருக்க, நான் நமக்காக ஏதாவது ஒரு முயற்சியோ அல்லது முடிவோ எடுக்கத் துணிந்த போதெல்லாம், **'வேண்டாம், நான் சொல்வதைக் கேள்... கொஞ்சம் பொறுமையாக இரு'** என்று என் மனதைக் கட்டிப்போட்டு என்னை ஒரு முடமான கைதியாக மாற்றினாய். **நான் உன்னிடம் கெஞ்சிக் கேட்டது நம் காதலுக்காக ஒரே ஒரு வாய்ப்புதான் (Chance)**.

. நான் உனக்கு 200 சதவீதம் மகிழ்ச்சியான செய்தி தருகிறேன்' என்று சொன்னாய், 'பெரியம்மாவிடம்

பேசிவிட்டேன், உன் பெற்றோரை அழைத்து வா' என்று சொல்லப்போகிறாய் என கனவுக்கோட்டை கட்டினேன். ஆனால், **நீ இன்னொருவனுடன் நிச்சயதார்த்தம் செய்துகொள்ளப் போகிறாய் என்பதே அந்தச் செய்தி என அறிந்தபோது என் உலகம் இரண்டாவது முறையாக இருண்டது.**

உன் நிச்சயதார்த்தச் செய்தி கேட்டுத் துடித்துப்போய் உன் ஊருக்குள் நான் நின்றபோது, அங்கிருந்த நிச்சயதார்த்த அலங்காரங்களைப் பார்த்துக் கேட்டேன். 'என் அனுமதி இல்லாமல் வீட்டில் செய்கிறார்கள், எனக்கும் இதற்கும் சம்பந்தமில்லை' என்று என் அப்பட்டமாகப் பொய் சொன்னாய். 'அவள் உன்னை ஏமாற்றுகிறாள்' என்று என் நண்பன் அடித்துச் சொன்னபோது கூட, **'அவன் சொல்வதை நம்பாதே, என்னை நம்பு**... நாளைக்கே அந்தப் பையனிடம் உன்னைத்தான் எனக்குப் பிடிக்கும் என்று நேராகச் சொல்லி விடுகிறேன்' என்று என் நம்பிக்கையை மீண்டும் ஒருமுறை பலிகொடுத்தாய்.

நிச்சயதார்த்தம் முடிந்த அடுத்த நாள், 'ஏன் சொல்லவில்லை?' என்று நான் கதறியபோது, 'பேச நேரம் கிடைக்கவில்லை' என்று ஒரு கல்நெஞ்சக்காரியைப் போலச் சொல்லிவிட்டு, மீண்டும் ஒரு சினிமா கதையை அரங்கேற்றினாய்.

'அவனை எனக்குத் தெரியாது, அவன் பெயர் மட்டும்தான் தெரியும். (பெனோ- பெயர்

மாற்றப்பட்டுள்ளது) வேண்டுமானால் அவனை ஃபேஸ்புக், இன்ஸ்டாகிராமில் தேடிப் பார்' என்று நீ சொன்ன நாடகத்தை நம்பி, இரண்டு பகலும் இரண்டு இரவும் ஒரு பைத்தியம் போல உறக்கமின்றி அவனைத் தேடினேன். 'எங்கும் அவனைத் தேடிப் பிடிக்க முடியவில்லையே' என்று நான் அழுதபோது, 'அங்கே தேடு, இங்கே தேடு' என்று ஒரு வேடிக்கைப் பொருளைப் போல என்னை அலைக்கழித்தாய்.

அவன் பெயர் மட்டும்தான் தெரியும்' என்று நீ சொன்ன ஒவ்வொரு சொல்லையும் வேதவாக்காக நம்பி, சமூக வலைதளங்களில் ஆயிரக்கணக்கான முகங்களை ஒரு பைத்தியக்காரனைப் போல ஆராய்ந்தேன். நான் உறக்கமின்றி அவனைக் கண்டுபிடித்துவிட மாட்டோமா என்று துடித்தபோது, நீ போனில் எனக்கு வழிகாட்டுவது போல நடித்து, உள்ளுக்குள் சிரித்துக் கொண்டிருந்தாய்.

நீ உன் மாமியிடமே (Mami) என்னைப் பற்றித் தவறாகச் சொல்லியிருக்கிறாய். அவர்கள் எனக்குக் கால் செய்து, 'இப்போதுதான் அவளுக்கு மோதிரம் மாற்றி நிச்சயம் முடிந்திருக்கிறது, நீ கொஞ்சம் ஒதுங்கிப் போ' என்று சொன்னபோது என் உலகம் சுழன்றது. **'அவளுக்கு முதல் மோதிரத்தைப் போட்டது நான்தான்'** என்று கூறி, நமக்குள் இருந்த கதையை நான் அவர்களிடம் சொன்னபோது நீ என்னிடம் மீண்டும் சண்டையிட்டாய்.

'நீ ஏன் அவர்களிடம் போய் இதையெல்லாம் சொல்கிறாய்? நாளைக்கு நாம் திருமணம் செய்யும்போது நமக்குப் பிறகு அசிங்கமாகப் போய்விடும். நீ வேண்டுமானால் அந்த பெனோ- -யைக் கண்டுபிடித்து அவனிடம் பேசு' என்று மீண்டும் ஒரு பொய்யான நம்பிக்கையை எனக்குக் கொடுத்து என்னை அமைதியாக்கினாய்.

திருமணத்தை நிறுத்த ஐந்து பேரைத் தயார் செய்து வைத்திருக்கிறேன்... நீ கவலைப்படாதே, கூலாக இரு... இன்னும் 15 நாட்கள் பொறுத்திரு, நீதான் என் புருஷன்' என்று நீ சொன்ன ஒவ்வொரு வார்த்தையும் என் இதயத்தில் நீ பாய்ச்சிய விஷம் என்று அறியாமல் நம்பினேன். அந்த பெனோ நிச்சயதார்த்தத்திற்காகச் செலவு செய்த பணத்தை நான் கொடுத்துவிடுகிறேன், உனக்காக நான் அவனிடம் பிச்சை (Beg) கூட எடுக்கிறேன்' என்று. அதற்கு நீயோ, **'நீ ஏன் அவனிடம் பிச்சை எடுக்க வேண்டும்? நான் உன்னைத்தான் திருமணம் செய்யப் போகிறேன்'** என்று மீண்டும் ஒரு பொய்யான நம்பிக்கையைத் தந்து என்னைக் கட்டிப்போட்டாய்.

அவனுடைய (பெனோ) எண்ணை என்னிடம் தராமல் மறைத்து, நான் உண்மையை அறிந்து கொள்ளாதபடி ஒவ்வொரு நொடியும் என்னை ஏமாற்றினாய். எல்லாவற்றிற்கும் மேலாக, நிச்சயதார்த்தம் முடிந்த பிறகும், மறைந்த உன் தாயின் பெயரைச் சொல்லி, **'அம்மா இல்லை' என்று என் உணர்ச்சிகளைத் தூண்டி மீண்டும் என்னிடம் பணம் பறித்தாய்.**

தலைகீழான உண்மைகளும்... நீ சூட்டிய "சைக்கோ" முத்திரையும் DECEMBER 2025

பெனோவுடன் (Beno) உனக்கு நிச்சயம் முடிந்த பிறகு, நீ என்னைத் திட்டமிட்டு ஏமாற்றுகிறாய் என்று தெரிந்து நான் நியாயம் கேட்கத் தொடங்கிய அந்த நிமிடம்... உனது அடுத்த வஞ்சக நாடகத்தை ஆரம்பித்தாய். நீ செய்த துரோகங்களை மறைக்க, என் மீது **'சைக்கோ' (Psycho)** என்ற முத்திரையைக் குத்தினாய். 'இவன் ஒரு சைக்கோ, இவனோடு இருந்தால் நான் ஒருபோதும் மகிழ்ச்சியாக இருக்க முடியாது' என்று பெனோவிடம் கூறி, அவனை எனக்கு எதிராகத் திருப்பினாய்.

என்னை நீ கெட்டவனாகச் சித்தரித்தால் தான், நீ நல்லவளாக வாழ முடியும் என்ற உன்னுடைய தந்திரத்தை நான் அப்போது உணரவில்லை.

என்னை ஒரு சைக்கோவாக மாற்ற நீ ஒரு கச்சிதமான திட்டத்தைத் (Super Plan) தீட்டினாய். உன்னை இழந்து விடுவேனோ என்ற பயத்தில் **நான் கதறி அழுத அழுகையையும், என் சிதைந்துபோன மனநிலையையும் உனக்குச் சாதகமாக்கிக் கொண்டாய்.**

வலி தாங்க முடியாமல் நான் உன்னிடம் மல்லுக்கட்டிய தருணங்களை (Fight) எல்லாம், பெனோவிடம் காட்டி **'இவன் ஒரு சைக்கோ' என்று நம்ப வைத்தாய். இன்று நீ என்ன சொன்னாலும் அவன் நம்புவான்... ஏனென்றால், அந்த அளவிற்கு என் பலவீனங்களை வைத்து நீ ஒரு திரைக்கதையே எழுதிவிட்டாய்!**

'நான் உன் குடும்பத்தினருக்கும், பெனோவின் குடும்பத்தினருக்கும் போன் செய்து திருமணத்தை நிறுத்தப் பார்க்கிறேன்' என்று அப்பட்டமான பொய்யைச் சுமத்தினாய். **முதல் முறை நீயும் பெனோவும் எனக்கு போன் செய்து, நான் ஏதோ ஃபேக் புகைப்படங்களை (Fake Photos) அனுப்புவதாகப் பழிசுமத்தியபோது, நான் என் சகோதரியுடன் மருத்துவமனையில் இருந்தேன்.**

சபின்குமார் திருமணத்தைத் தடுத்தது போலவே பெனோவின் திருமணத்தையும் நான் தடுக்கப் பார்ப்பதாக ஒரு வஞ்சகமான கதையை உருவாக்கினாய். இங்கே நான் உன்னிடம் கேட்கும் ஒரே கேள்வி இதுதான்... சபின்குமார் திருமணம் நின்றபோது உன் வீட்டார் **போலீஸில் புகார் கொடுத்தார்களே?** அப்போது ஏன் போலீஸாரால் என்னைக் கண்டுபிடிக்க முடியவில்லை? அந்த மெசேஜை அனுப்பியது நான்தான் என்றால், அன்றே நான் பிடிபட்டிருப்பேனே!

உண்மை உனக்குத் தெரியும். அன்று உன் முகத்திரையைக் கிழிக்காமல் உன்னைக் காப்பாற்றிய என் மௌனத்தை, இன்று வசதியாக எனக்கு எதிராகத் திருப்புகிறாய்.

அவனிடம், 'நான் உனக்காகக் காத்துக் கொண்டிருக்கிறேன்... நீங்கள் அவளைத் திருமணம்

செய்து கொள்கிறீர்களா, இல்லையென்றால் நான் இன்னும் காத்திருக்கட்டுமா?' என்று கேட்டேன்.

அவன் கண்டிப்பாக இதை உன்னிடம் கேட்டிருப்பான், நீ மீண்டும் என்னை அவனிடம் **'சைக்கோ'** ஆக்கியிருப்பாய். ஒருவேளை, அவன் என்னை விட வேலையிலும் வசதியிலும் உயர்ந்தவனாக இருக்கலாம்... அதுதான் உனக்கு முக்கியமாகத் தெரிந்ததோ!

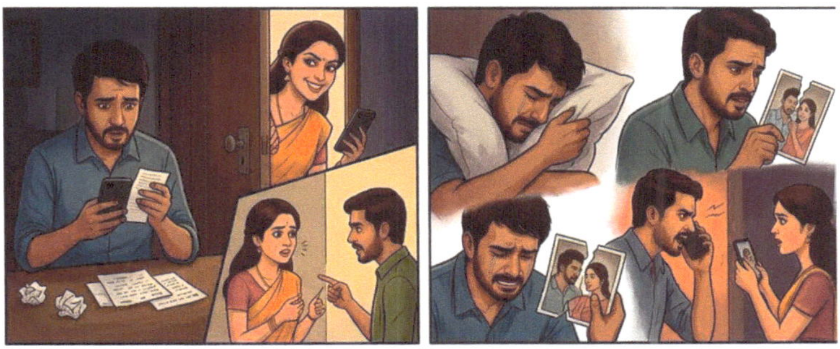

உன் உறவினர்களின் எண்களோ அல்லது பெனோவின் உறவினர்களின் எண்களோ எனக்கு எப்படித் தெரியும்? நீதான் அவனுடைய எண்ணைக் கூடத் தராமல் ஒவ்வொரு நொடியும் மறைத்தாயே! உண்மையில் என்னை மாட்டிவிட நீயே யாரையாவது வைத்து அப்படிச் செய்திருப்பாயோ என்ற சந்தேகம் தான் இன்று எனக்கு மேலோங்குகிறது.

பெனோவின் அப்பாவுக்கு நான் போன் செய்வதாக அடுத்த பழியைச் சுமத்தினாய். அதற்கு அடுத்த நாளே, **'நாங்கள் மீண்டும் போலீஸில் புகார் கொடுத்துவிட்டோம், பெனோவின் அப்பாவினுடைய போன் இப்போது போலீஸ் பிடியில் இருக்கிறது'** என்று என்னைப் பயமுறுத்தப் பார்த்தாய்.

சற்று யோசித்துப் பார்... 'போன் போலீஸ் வசம் இருக்கிறது' என்று தெரிந்த பிறகு, யாராவது மீண்டும் அதே எண்ணிற்கு அழைத்துத் தன்னைத் தானே

மாட்டிக்கொள்வார்களா? இவ்வளவு தர்க்கமே இல்லாத ஒரு பொய்யைச் சொல்லி என்னை முடக்கப் பார்த்தாயே! **உண்மையில், என் மேல் தவறு இருந்திருந்தால் நான் அன்றே பயந்திருப்பேன்.** ஆனால், என் காதலும் நேர்மையும் தூய்மையானது என்பதால் நான் உனது அந்தப் போலி மிரட்டலுக்கு அஞ்சவில்லை. மேலும் நீ பெனோவை வைத்து என்னை அழைக்கச் செய்து, **அவன் போலீசில் புகார் கொடுப்பேன் என்று மிரட்டச் செய்தாயே... அப்போது என்னைப் பற்றி எவ்வளவு கீழ்த்தரமாக அவனிடம் சொல்லியிருப்பாய்?**

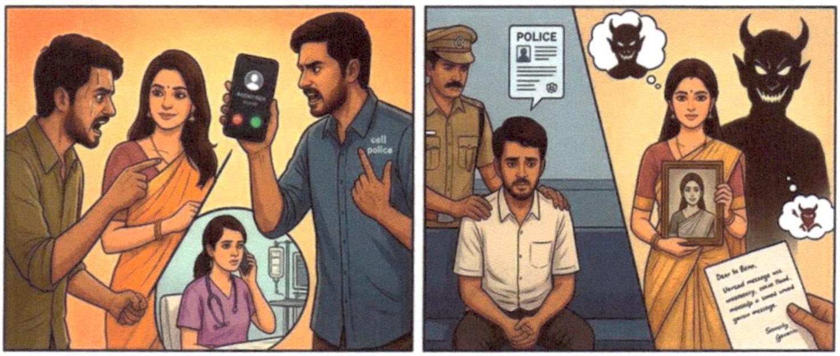

பெனோவின் அப்பாவின் எண்ணே எனக்குத் தெரியாது என்பது உனக்குத் தெரியும். அப்படியிருக்க, இல்லாத ஒரு புகாரைச் சொல்லி, **ஒரு போலி மிரட்டலை உருவாக்கி என் மனதைச் சிதைத்தாய்.** ஒரு பக்கம் போலீஸ் மிரட்டல், மறுபக்கம் 'சைக்கோ' என்ற பட்டம்.

உன் குடும்பத்தின் கௌரவம் காக்கப்பட வேண்டும் என்று நான் பொறுமையாகக் காத்திருந்ததை, இன்று 'திருமணத்தை நிறுத்தப் பார்க்கும் சதி' என்று கொச்சைப்படுத்துகிறாய். நான் உண்மையை ஆதாரத்தோடு சொல்ல முற்பட்டபோது, **'போலீஸில் புகார் கொடுத்து உன் குடும்பத்தையே உள்ளே தள்ளுவேன்' என்று மிரட்டினாய்.**

நீயே அந்த ஃபேக் கால்களை (Fake Calls) செய்துவிட்டு, நான் எமோஷனலாகப் பேசும் தருணத்திற்காகக்

காத்திருந்து பழி சுமத்தினாய். மனசாட்சியைத் தொட்டுச் சொல்... உண்மையிலேயே நான் அப்படிச் செய்திருந்தால், **மீண்டும் என்னிடமே வந்து நீ பணம் கேட்டிருப்பாயா?** ஒரு பக்கம் துரோகம், மறுபக்கம் மிரட்டல் என என்னைச் சித்திரவதை செய்தாய். என் நேர்மையையும், உனக்காக நான் இழந்த உழைப்பையும் ஒரு நொடியில் **'சைக்கோ'** **(Psycho)** என்று கொச்சைப்படுத்திவிட்டாயே... இதுதான் நீ எனக்குக் காட்டிய அன்பா?

இன்று என் மனதுக்குள் ஒரு கேள்வி ஓங்கி ஒலிக்கிறது... எதிர்காலத்தில் நான் எப்போது உன்னைப் பற்றிய உண்மைகளை ஆதாரத்தோடு பெனோவிடம் சொன்னாலும், அவன் அதை நம்பக் கூடாது என்பதற்காகவே முன்கூட்டியே திட்டமிட்டு என்னை ஒரு **'சைக்கோ'வாகச்** **(Psycho)** சித்தரித்து வைத்தாயா? ஒருவேளை பெனோ என்னை விட வசதியிலோ, வேலையிலோ உனக்குச் சிறந்தவனாகத் தெரிந்திருக்கலாம்.

நான் சொல்லப்போகும் ஒவ்வொரு உண்மைக்கும் 'பைத்தியக்காரத்தனம்' என்ற சாயத்தைப் பூசிவிட்டால், நீ எக்காலத்திலும் ஒரு புனிதவதியாகவே அவன் கண்ணுக்குத் தெரிவாய் என்பதுதானே உன் கணக்கு?

தேவை இருந்தவரை உனக்கு வேண்டியதெல்லாம் செய்து தரும் 'ஜின்' (Jinn) ஆகத் தெரிந்த நான், உன் துரோகத்தைக் கேள்வி கேட்டவுடன் உனக்கு ஒரு சைக்கோ (PSYCO)வாகிவிட்டேனா?

கல்லறையான காதல்: ஒரு துரோகத்தின் சாட்சியம்

"உனக்காக நான் வேண்டாத தெய்வங்கள் இல்லை, ஆனால் இன்று உன்னைக் காட்டிய அந்தத் தெய்வங்களையே நான் வெறுக்கிறேன்!

அன்று ஏர்போர்ட்டைப் பார்த்தாலே அழுகை வரும் என்று அம்மாவின் பெயரால் நாடகமாடிய நீ, **இன்று அதே வெளிநாட்டு வாழ்க்கைக்காக ஒரு மாப்பிள்ளைக்கு 'ஓகே' சொல்லிவிட்டாய்**. உன் பணத்தேவைக்காக உன் தாயின் பாசத்தைக் கூட அடகு வைத்தாயே... இதுதான் உன் காதலா?

உன் நினைவுகளுக்காக நான் வாங்கிய அந்த **மயில் புகைப்படமும்**, நீ எனக்குப் பரிசாகத் தந்த **என் புகைப்படச் சட்டமும் (Photo Frame)** இன்றும் அந்தச் சுவர்களில் அப்படியே இருக்கின்றன. ஆனால் நீ வரப்போகிறாய் என்று நான் கட்டிய அந்த அறை, இன்று உன் நினைவுகளின் கல்லறையாகக் கிடக்கிறது.

உன்னை ராணியாக அரியணையில் வைத்த அதே நான், இன்று உன்னால் ஒரு **'**சைக்கோ**'**வாகத் தெருவில் நிறுத்தப்பட்டிருக்கிறேன்

அத்தனை துரோகங்களையும் செய்துவிட்டு, 'உனக்கு வேறு பெண் கிடைக்கவில்லை, அதனால்தான் என்னிடம் சண்டையிடுகிறாய்' என்று என் தூய்மையான காதலையே கேவலப்படுத்திவிட்டாய். அன்று என் காயங்களுக்கு மருந்தாக வந்த நீயே, இன்று என் வாழ்நாள் முழுமைக்கும் ஆறாத வடுவாக மாறிவிட்டாய்!

ஜின் முதல் சைக்கோ வரை: 180 நாட்களின் நரக வாக்குமூலம் NOVEMBER 2025 TO APRIL 2026

பெனோவுடன் (Beno) உனக்கு நிச்சயதார்த்தம் முடிந்த அந்த நொடியிலிருந்து, திருமணம் வரையிலான அந்த 6 மாதங்கள் என் இதயம் கரிக்கட்டையாக மாறியது.

எனக்குள் ஆயிரம் தற்கொலை எண்ணங்கள் (Suicidal Thoughts). அப்போதும் கூட 'நீ பாவம், உனக்கு ஏதாவது உதவி செய்துவிட்டு, ஒரு விபத்தைப் போலச் சாக வேண்டும்' என்று என் மனது உனக்காகவே துடித்தது.

உன்னிடம் உண்மையாகவும் விசுவாசமாகவும் இருந்த காரணத்தால், என் வலியைப் பேசக் கூட எனக்கு யாரும் இல்லை. ஏற்கனவே நண்பர்களிடம் **'நான் உன்னை ஏமாற்றிவிட்டேன்' என்று நீ சொன்ன பழியைச் சுமந்து கொண்டிருந்தேன். இப்போது எந்த முகத்தை வைத்துக்கொண்டு 'நீதான் என்னை விட்டுப் போய்விட்டாய்' என்று அவர்களிடம் சொல்ல முடியும்?**

ஒரு பக்கம் அவனுடன் மணமேடை ஏறத் தயாராகிக் கொண்டே, மறுபக்கம் 'எனக்கு யாரும் இல்லை, காசு கொடு... என்னை அங்கே வந்து பார், இங்கே

வந்து பார்' என்று என்னைப் பிச்சைக்காரனைப் போல அலைய வைத்து என் உணர்ச்சிகளைச் சுரண்டினாய்.

இதெல்லாம் உண்மையா இல்லை கற்பனையா? நீ உண்மையிலேயே என்னை ஏமாற்றினாயா நீ உண்மையிலேயே என்னை ஏமாற்றுகிறாயா? அல்லது சூழ்நிலையால் அப்படிச் செய்கிறாயா? இல்லை, எப்படியாவது என்னைத்தான் திருமணம் செய்வாயா? என்ற குழப்பத்திலேயே என் நாட்களைக் கடத்தினாய்.

அதே வாயால், 'நீ ஒரு சைக்கோ, என் வாழ்க்கையை நாசம் செய்யாதே, உன்னையும் உன் குடும்பத்தையும் ஜெயிலுக்கு அனுப்புவேன்' என்று மிரட்டியபடியே, அடுத்த நிமிடமே **'எனக்கு யாருமே இல்லை, நான் ஒரு அனாதை... என்னை விட்டுவிடாதே'** என்று தேம்பி அழுத ஒவ்வொரு துளி கண்ணீரும் என் முதுகில் பாய்ந்த நச்சுக்கத்தி.

பணத்திற்காக ஒரு முகம், துரோகத்தை மறைக்க என்னைச் 'சைக்கோ'வாக்கும் ஒரு முகம், என் அன்பைத் தக்கவைக்க 'நீதான் புருஷன்' என்று உருகும் ஒரு முகம்,

போலீஸையும் சிறையையும் காட்டி மிரட்டும் கொடூர முகம்... எத்தனை முகங்கள் உனக்கு?

'என் அம்மாவால்தான் நீ என்னை திருமணம் செய்யவில்லை' என்று நீ சொன்ன பழியைச் சுமந்து கொண்டு, என்னால் என் வீட்டில் கூட யாரிடமும் சரியாகப் பேச முடியவில்லை.

எதிலும் கவனம் இல்லை. உனக்காக நான் இழந்த உறக்கமும், 'எல்லாவற்றையும் உதறிவிட்டு நீ மீண்டும் என்னிடமே திரும்பி வருவாய்' என்று கண்ட கனவுகளும் இன்று வெறும் சாம்பலாக என் முன்னே கிடக்கின்றன.

அந்த 180 நாட்களும், ஒவ்வொரு விடியலிலும் 'இன்று ஏதாவது ஒரு அதிசயம் நடந்து **நீ என் கரம் பிடிப்பாய்' என்று ஒரு பைத்தியக்காரனைப் போலக் காத்திருந்தேன்**. ஆனால் நீயோ, என் நம்பிக்கையைப் பகடையாக்கி உன் திருமணத்திற்கான கால அவகாசத்தை வாங்கிக் கொண்டாய்.

அந்த 6 மாத கால 'சித்திரவதையை' (Mental Torture) அனுபவித்த எனக்குத்தான் தெரியும்... **தேவை இருந்தவரை உனக்காக எதையும் செய்யும் ஒரு ஜின்னை (Jinn), ஆனால், உன் திருமணம் நெருங்கியதும், தேவை முடிந்ததும்... ஒரு நொடியில் என்னைத் 'துண்டு துண்டாக வெட்டிச் சிதைத்தாய்'.**

அந்த 180 நாட்களில், என் தனிப்பட்ட வாழ்க்கை மட்டுமல்ல, நான் உயிராக நினைத்த என் தொழில்முறை வாழ்க்கையும் (Professional Life) தலைகீழாக மாறியது. பகல் முழுக்க ஃபேக்டரியில் இயந்திரங்களின் சத்தத்திற்கு நடுவே நின்றாலும், என் காதுகளில் நீ சொன்ன பொய்களும், உன் அழுகை சத்தமுமே எதிரொலித்தன. ஒவ்வொரு நாளும் காலையில் 4:30 மணிக்கு நான் வேலைக்குத் தயாராகும்போது, **உடல் ஒத்துழைத்தாலும் மனம் உன் நினைவுகளால் முடங்கிக் கிடந்தது. வேலையில் மூளை உன் துரோகத்தைப் பற்றியே சிந்தித்துக்**

கொண்டிருந்ததால், என்னால் ஒரு நிமிடம் கூட கவனம் செலுத்த (Concentrate) முடியவில்லை.

ஆண்டுக் கணக்காக நான் சிந்திய வியர்வைக்கும், காட்டிய விசுவாசத்திற்கும் பலனாக எனக்குக் கிடைக்க வேண்டிய அந்த பதவி உயர்வு (Promotion), இந்த 180 நாட்களின் மன உளைச்சலால் இன்று தள்ளிப்போய்விட்டது (Postponed).

உனக்காக நான் இழந்தது என் தூக்கத்தை மட்டுமல்ல, என் கௌரவத்தையும், எனது எதிர்கால முன்னேற்றத்தையுமே!

நான் பண அனுப்ப மறுக்கும் போதோ அல்லது என்னிடம் பணம் இல்லை என்று காரணம் சொல்லும் போதோ, **நான் ஏதோ மிகப் பெரிய தவறு செய்துவிட்டது போன்ற ஒரு மாய பிம்பத்தை உருவாக்கினாய். 'எனக்கு அம்மா இல்லை, நீ நல்ல குடும்பத்தோடு இரு' என்று சாபமிட்டாய்.**

நிச்சயதார்த்தம் முடிந்த பின் அவள் சூடிக்கொண்ட பூக்களின் வாசம் எனக்குப் பிணவாடையாகத் தெரிந்தது. அந்த வாசனையிலும் அவளுக்குப் பணம் அனுப்ப உழைத்துக் கொண்டிருந்தேனே, அங்கே தான் என் காதலும் தோற்றது... என் உழைப்பின் அங்கீகாரமும் பறிபோனது!

நினைவிருக்கிறதா? நாம் சந்தித்த அந்த ஆரம்ப நாட்களில், **'உன்னை மட்டும் நான் முன்னமே சந்தித்திருந்தால் என் வாழ்க்கை இன்னும் மகிழ்ச்சியாக இருந்திருக்கும்'** என்று அடிக்கடிச் சொல்வாயே... அன்று உன்னால் ஒரு உயர்ந்த மனிதனாகக் கொண்டாடப்பட்ட என்னை, இன்று **'நான் ஏன் உன்னைப் பார்த்தேன்?'** என்று என்னையே வெறுக்க வைத்துவிட்டாயே!

புகழ்ந்த நாவால் இகழ்ந்த துரோகம்

நினைவிருக்கிறதா "**நான் என் வாழ்க்கையில் சந்தித்த மனிதர்களிலேயே நீதான் மிகச் சிறந்தவன், ரொம்ப நல்லவன்**" என்று அன்று நீயேதான் என்னிடம் சொன்னாய். ஆனால் இன்று, அதே நீ... பெனோவிடமும் உன் குடும்பத்தினரிடமும் என்னை ஒரு **"சைக்கோ" (Psycho) என்றும், "கெட்டவன்"** என்றும் முத்திரை குத்தி வைத்திருக்கிறாய்.

உன் தேவை இருந்தவரை நான் நல்லவனாகத் தெரிந்தேன், எப்போது என் பணம் தீர்ந்ததோ, அன்று நான் உனக்கு ஒரு சைக்கோவாகிவிட்டேன்.

"உள்ளம் இல்லார் உடமை இளமைபோல் நில்லா
நிலைகெட்டுப் போகும் - தல்லாதார் நல்லாரைக்
கசடராக் காண்பாரேல் அந்தமில் பொல்லாராய் நிற்பார்
புவி."

நாலடியார் பாடல் எண்: 221

கசப்பான உண்மை

இப்போதுதான் நான் உணர்கிறேன்... ஒருவேளை உனக்கு அந்த அரசு வேலை கிடைத்திருந்தாலும், அல்லது **உனக்காக நான் இன்னும் பல கடன்களை (Loan) வாங்கி உன்னிடம் கொடுத்திருந்தாலும்,** அந்த **அரசு வேலை** (Government Job) உனக்குக் கிடைத்திருந்தாலும் **இறுதியில் நீ என்னை இப்படித்தான் பாதியிலேயே விட்டுச் சென்றிருப்பாய்.** உனக்குத் தேவைப்பட்டது என் அன்பல்ல, உன் தேவைகளை நிறைவேற்றிக் கொள்ள ஒரு ஏணி மட்டுமே.

மௌனமாய் ரசித்த வஞ்சகம்

நம்முடைய ஒவ்வொரு நகர்வையும், எதிர்காலத் திட்டங்களையும் நான் என் வீட்டில் பேசிவிட்டு, அதை உடனுக்குடன் உன்னிடம் பகிர்ந்துகொண்டது எதற்காக? நாம் இருவரும் இணைந்து ஒரு அழகான வாழ்க்கையை

உருவாக்க வேண்டும் என்ற ஒற்றை நம்பிக்கையில்தான். ஆனால்

இன்று, மூன்று வருடங்கள் கழித்து, "அன்று உன் அம்மா அப்படிப் பேசினார், உன் வீட்டார் இப்படிச் சொன்னார்கள்" என்று பழைய கதைகளைத் தோண்டி எடுத்து என் மீது பழிபோடுகிறாயே... இதுதான் உன் நியாயமா?

அன்று உன் குடும்பத்தார் முன்னால், என் குடும்பமே வந்து நிற்கத் தயாராக இருந்ததே, அது உனக்குத் தெரியாதா?

"என் வீட்டுப் பெரியவர்கள் உங்கள் குடும்பத்தின் காலில் விழுந்து கூட மன்னிப்புக் கேட்கத் தயார்" என்று நான் உன்னிடம் கெஞ்சியபோது, அந்தப் பணிவை மௌனமாக ரசித்தாயே தவிர, "வேண்டாம்" என்று ஒரு வார்த்தை சொன்னாயா? அன்று என் மௌனம் உனக்குச் சம்மதமாக இருந்தது, இன்று உன் துரோகத்திற்கு அது சாக்காக மாறிவிட்டது.

சாக்குகளும்... சௌகரியமான மறதியும்

"இன்று, 'உன் அம்மா அன்று அப்படிச் சொன்னார்கள், அதனால் தான் உன்னை வேண்டாம் என்கிறேன்' என்று ஒரு பழைய காரணத்தைத் தேடிப் பிடித்துச் சொல்கிறாயே...

அன்று நாம் நள்ளிரவு வரை **ரோமாண்டிக்** ஆகப் பேசிக்கொண்டிருந்தபோது என் குடும்பம் உனக்குத் தடையாகத் தெரியவில்லையா?

நான் ஒவ்வொரு வாரமும் **திருவனந்தபுரம்** வந்து உன் ஆசைகளுக்காகவும், தேவைகளுக்காகவும் என் வியர்வைச் சிந்திய பணத்தைச் செலவு செய்தபோது அந்தப் பழைய பேச்சு உன் நினைவுக்கு வரவில்லையா?

எனக்கு வந்த நல்ல **திருமண வரன்களைத்** தடுத்து, 'உன்னைத் தவிர யாரையும் நினைக்க முடியாது' என்று நீ அழுது அடம்பிடித்து என்னைச் சிறைபிடித்தாயே... அப்போது என் வீட்டார் பேசியது உன் மனதை காயப்படுத்தவில்லையா?

சுரண்ட என் உழைப்பு இருந்தவரை உன் காதுகளுக்கு என் குடும்பம் கசக்கவில்லை! அரசு வேலை ஆசையிலும் அந்நியன் காசிலும் அன்று தொலைத்த உன் நேர்மை எனக்குத் தெரியும்! பணக்கார மடியில் சாய்ந்தபின் - நீ சொல்லும் பழைய காரணங்கள் எல்லாம் வெறும் தப்பிக்கும் நாடகமே!

விற்கப்பட்ட கௌரவம்

என் அப்பாவும் அம்மாவும் உங்கள் வீட்டிற்கு நேரில் வந்து, உங்கள் காலில் விழுந்து கூட மன்னிப்புக் கேட்கத் தயார்' என்று நான் உன்னிடம் கதறிய அந்த நிமிடம்... ஒரு மகனாக என் பெற்றோரை உனக்காகத் தாழ்த்திப் பேச வைத்தது என் சுயநலத்திற்காக அல்ல;

'உன்னைத் திருமணம் செய்துகொண்டால் மட்டும்தான் நான் நன்றாக இருப்பேன்' என்று நீ தேம்பி அழுது சொன்ன அந்த வார்த்தைகளை நான் அப்பட்டமாக நம்பியதால்தான்!

என் பெற்றோரையே உன் முன்னால் தாழ்த்திப் டேச வைத்த அந்த நிமிடங்களை நினைத்துப் பார்த்தால், இன்று என் ரத்தம் கொதிக்கிறது. எதற்காக அவர்களை உன் முன்னால் குனிய வைத்தேன்? உன்னை என் வாழ்க்கையாக்கிக் கொள்ளத்தானே!

கவசமாய் நின்றவன் இன்று காயங்களுடன்...

அன்று என் வீட்டில் உன்னைத் தவிர்க்கச் சொன்னபோது கூட நான் கலங்கவில்லை; ஆனால், 'நான் இல்லாமல் நீ அனாதையாகி விடுவாயே' என்று

உனக்காகவே பயந்தேன். உனக்கு ஒரு சிறு கஷ்டம் என்றால் கூட என்னால் தாங்க முடியாது என்பதால், என் சொந்தக் குடும்பத்தையே எதிர்த்து உனக்குக் கவசமாய் நின்றேன். ஆனால் இன்று, அன்று உனக்காக நான் துடித்த அந்தப் பயத்தை மிகச் சாதாரணமாக மறந்துவிட்டு விலகிச் செல்கிறாய்.

நீ துளியும் வருத்தப்படக் கூடாது என்று பார்த்துப் பார்த்து வாழ்ந்த நான், இன்று உன்னாலேயே ஒவ்வொரு நொடியும் செத்துச் செத்து வாழ்கிறேன். உன்னைப் பாதுகாத்த அதே இதயத்தை இன்று உன் சுயநலத்தால் சிதைத்துவிட்டாய்!

நீ இப்படிப்பட்டவள் என்று அன்று தெரிந்திருந்தால், ஒரு கணம்கூட யோசிக்காமல் உன்னை விட்டே போயிருப்பேன்.

அன்று உன் தோழி ஒருத்தி என்னைச் சபித்தாளே... '**உனக்கெல்லாம் கல்யாணமே ஆகாமல், நடுத்தெருவில் நின்று பிச்சை எடுப்பாய்**' என்று! அன்று ஏளனமாகத் தெரிந்த அந்தச் சாபத்தை, இன்று உன் துரோகத்தின் மூலம் நீயே நிறைவேற்றிவிட்டாய்.

அந்தப் பணக்கார வெளிநாட்டுப் பையனுக்கு நீ சம்மதம் சொல்லும் முன்பு, ஒரு நொடியாவது என்னைப் பற்றி யோசித்துப் பார்த்தாயா? உன்மேல் நான் பைத்தியமாக இருக்கிறேன் என்று தெரிந்தும், என் குடும்பத்தையே உனக்காகச் சம்மதிக்க வைத்துவிட்டு, உன்னிடம் ஒரு கடைசி வாய்ப்பிற்காக நான் கெஞ்சியபோது கூட உன் மனம் இரங்கவில்லை.

என் கண்ணீரை விட, அவன் தரப்போகும் அந்தப் புது வாழ்க்கை உனக்கு அவ்வளவு மேலானதாகப் போய்விட்டதா? என் காதலைச் சிதைத்து, என்னை நடுத்தெருவில் நிறுத்திவிட்டு நீ காணும் இந்தச் சொகுசு வாழ்க்கை உனக்கு நிம்மதியைத் தருமா? என் வாழ்நாள் தவம் ஒரு நொடியில் உன் பேராசையிடம் தோற்றுப்

போனதை நினைத்தால், என் மௌனம் கூட இன்று கதறுகிறது!

என் பெருந்தன்மையும்... உன் பித்தலாட்டமும்

"நினைவிருக்கிறதா? உனக்காக உன் அம்மா பார்த்த அந்தப் பையன் உன் மீது எவ்வளவு **விருப்பமாக** இருந்தான் என்பது எனக்குத் தெரியும். ஆனால், அவனிடமும் நீ பணத்தைப் பறித்துக் கொண்டு, **பிறகு அவன் 'முதிர்ச்சி இல்லாதவன்'** (Not Mature) என்று என்னிடம் அவனது சாட்களை (Chats) அனுப்பி அவமானப்படுத்தினாய்.

அன்று நான் உன்னிடம் என்ன சொன்னேன்? 'நீ உன் குடும்பச் சூழ்நிலைக்காக அவனிடம் கடன் வாங்கியிருந்தால் சொல், **அவனது மொத்தப் பணத்தையும் நானே செட்டில் பண்ணுகிறேன்**' என்று சொன்னேனே... அந்த நேர்மை உனக்குத் தெரிந்ததா?

அவன் அனுப்பிய மெசேஜ்களில் உன் மீது அவன் கொண்டிருந்த அந்த ஈர்ப்பை நான் பார்த்தேன். அன்று என் வீட்டில் நம் காதலுக்காகப் பெரும் போராட்டம் நடந்து கொண்டிருந்த அந்த இக்கட்டான சூழலில், **ஒருவேளை நமக்குத் திருமணம் நடக்காவிட்டால் நீ அனாதையாகி விடக்கூடாது என்ற நல்லெண்ணத்தில் நான் சொன்னேன்: 'அவன் உன் மீது அதிக விருப்பமாக**

இருக்கிறான், உன்னை நன்றாகப் பார்த்துக் கொள்வான்' என்று.

அது உன் மீதான அக்கறையில், என் துயரத்தின் உச்சத்தில் நான் சொன்ன ஒரு தியாக வார்த்தை! ஆனால் இன்று, '**அன்று நீதானே வேறொருவனைப் பார்க்கச் சொன்னாய், அதனால்தான் நான் இன்று இவனுக்கு ஓகே சொன்னேன்**' என்று அப்பட்டமாகப் பொய் சொல்லி, என் பெருந்தன்மையையே எனக்கு எதிரான ஆயுதமாக மாற்றுகிறாய்.

அன்று நான் உனக்காகப் பரிந்து பேசியது அந்தப் பையனைப் பற்றி... இன்று நீ கழுத்தை நீட்டுவது அறிமுகமில்லாத வேறொருவனுக்கு!

குற்ற உணர்ச்சிக்குத் தேடும் போலி நியாயம்

அன்று அத்தனையையும் ஏற்றுக்கொண்டு என்னைப் பயன்படுத்திக் கொண்ட நீ, இன்று உனக்கு வசதியான ஒரு வாழ்க்கை கிடைத்தவுடன் '**பழைய கசப்புகளை' காரணமாக்கி என்னைக் கைகழுவுகிறாய்.** உண்மையைச் சொல்லப்போனால், நீ சொல்லும் காரணங்கள் எதுவுமே உண்மை கிடையாது. **உன் மனசாட்சி உன்னைத் துளைக்கும்போது ஏற்படும் அந்த 'குற்ற உணர்ச்சியில்' இருந்து தப்பிக்க நீ தேடும் ஒரு போலியான முகமூடிதான், 'என் வீட்டார் பேசிய பேச்சு!'**

'உன் அம்மா அன்று அப்படிப் பேசினார், அதனால்தான் உன்னை வேண்டாம் என்றேன்' என்று பழி சுமத்துகிறாயே... '**நீயே வேறு பெண் பார்த்துக் கொண்டிருந்தாய்**' என்று என் மீது அபாண்டமாகப் பழி போடும் நீ, எனக்கு வந்த ஒவ்வொரு வரனையும் உனக்காக நான் காலடியில் போட்டு மிதித்த (Reject) அந்த உண்மையைச் சொல்ல ஏன் உன் நாக்கு கூசுகிறது? **நான் அன்று சொன்னது உன் அம்மா உனக்காகப் பார்த்த பையனைப் பற்றி மட்டுமே!**

திருவனந்தபுரத்தில் அந்த '**மர்ம நபர்**' நம்மைப் பற்றி அசிங்கமாகப் பேசியபோது, உன் மானம் காக்க நான் காட்டிய அக்கறையைக் கூட உன் சுயநலத்திற்காக வளைத்துக்கொண்டாயே... **'நீ என்னை மணம் முடிக்காவிட்டாலும் பரவாயில்லை, ஆனால் அந்த மனிதனை மட்டும் தள்ளி வை'** என்று நான் உன் காலில் விழுந்து கெஞ்சியதை, 'என் மீது உனக்கு ஆர்வமில்லை' என்று பெனோவிடம் திரித்துக் கூறி அவனுக்கு 'ஓகே' சொன்னாயே...

உன் மனசாட்சியைத் தொட்டுச் சொல், அந்த மர்ம நபரைப் பற்றிய உண்மையை நீ பெனோவிடம் சொன்னாயா? சொல்ல மாட்டாய்... ஏனெனில் துரோகம் செய்பவர்களுக்குத் தேவைப்படும் முதல் ஆயுதமே உண்மையை மறைப்பதுதான்!

பெனோவிடம் 'ஓகே' சொல்லும் அந்த ஒரு நிமிடமாவது, உனக்காகத் துடித்த என் இதயத்தைப் பற்றி நீ யோசித்துப் பார்த்தாயா?

உன் மனசாட்சியைத் தொட்டுச் சொல்... 'எனக்கு நீ ஒருத்தி மட்டும் போதும்' **என்று உன் முன்னே நான் எத்தனை முறை மண்டியிட்டுப் பிச்சை (Beg) எடுத்திருப்பேன்?** 'நீதான் வேண்டும்' என்று நான் உருகி நின்ற ஒவ்வொரு நிமிடத்தையும் மறந்துவிட்டு, இன்று என் குடும்பத்தின் மீது பழி சுமத்தி உன்னை நீயே ஒரு 'உத்தமி'யாகக் காட்டிக் கொள்கிறாய். நீ செய்த மகா துரோகத்தைச் சரி என்று உனக்கு நீயே நிரூபித்துக் கொள்ள இவ்வளவு தரம் தாழ்ந்து யோசிக்கிறாயே...

துரோகம் செய்பவர்களின் முதல் ஆயுதம் உண்மையை மறைப்பதுதான் என்பதை உன்னைச் சந்தித்த பின்பே உணர்ந்தேன்! அன்று நான் தியாகம் செய்த ஒவ்வொரு வரனும், இன்று உன் வஞ்சகத் திரைக்கதையில் சாட்சியாய் வந்து நிற்கும்!

பொறுமையின் எல்லை... நீ சூட்டிய முத்திரை

"**கடந்த இரண்டரை ஆண்டுகளில், உன்னிடம் ஒரு வார்த்தை கூட நான் தவறாகப் பேசியதில்லை.** நம்மிடையே கருத்து வேறுபாடுகள் வந்தபோதும், கோபத்தைக் காட்டத் தெரியாமல் உன் மீதான காதலால் அதைக் கடந்தே வந்திருக்கிறேன். ஒருமுறை கூட உன்னோடு சண்டையிட்டது இல்லை. உன் தங்கை கூட என்னிடம் பலமுறை சொல்லியிருக்கிறாள், **அக்கா என்ன சொன்னாலும் நீங்கள் சிரித்துக் கொண்டே இருக்கிறீர்களே**, உங்கள் பொறுமை ஆச்சரியமாக இருக்கிறது' என்று

ஆனால், எப்போது நீ என்னை விட்டு நிரந்தரமாக விலகப்போகிறாய் என்ற உண்மை எனக்குத் தெரிந்ததோ, அந்த நொடி என் நிதானம் தப்பியது. முதலில் செய்வதறியாமல் குழந்தையைப் போல உன் முன்னால் அழுது நின்றேன். அப்புறம் ஒரு பிச்சைக்காரனைப் போல எனக்கான காதலைத் திருப்பித் தரும்படி உன்னிடம் கெஞ்சி (Beg) நின்றேன்.

என் இரண்டரை ஆண்டு கால தவமும், தியாகமும் கண் முன்னால் சிதைவதைப் பார்த்தபோது, என் ஆற்றாமை ஆத்திரமாக மாறியது. அந்த ஒரு தருணத்தில் நான் கேட்ட நியாயமான கேள்விகளை, நான் காட்டிய கோபத்தை உனக்குச் சாதகமாக்கிக் கொண்டாய். **'இத்தனை நாள் நீ எனக்குச் செய்ததெல்லாம் பொய்யா?' என்று நான் கதறியதை வைத்து, என்னை ஒரு 'சைக்கோ' (Psycho) என்று ஒரே வார்த்தையில் முத்திரை குத்தினாய்."**

ஆற்றுதல் என்பது அலந்தவர்க்கு உதவுதல்;
போற்றுதல் என்பது புணர்ந்தாரைப் பிரியாமை

கலித்தொகை (நெய்தற்கலியில் 133)

எனக்கே வந்த சந்தேகம்

இன்று எனக்கே ஒரு சந்தேகம் வருகிறது... நான் நிஜமாகவே பைத்தியமாகிவிட்டேனா? **உன் துரோகத்தைப் பார்த்த பிறகும், நீ சொன்ன அந்த அடுக்கடுக்கான பொய்களை அறிந்த பிறகும், இன்னும் உன் நினைவுகளோடு போராடிக்கொண்டிருக்கும் நான் ஒருவேளை பைத்தியமாகத்தான் இருப்பேனோ?**

யாரோ ஒருவனுக்காக, உன் கையைத் தேடி வந்தவனைச் சட்டத்தின் முன்னால் நிறுத்துவேன் என்று நீ மிரட்டியபோது, அந்த அதிர்ச்சியில் என் மனநிலை தடுமாறியது உண்மைதான். ஆனால் அது நோயல்ல, நீ கொடுத்த துரோகத்தின் வலி. தேவை இருந்தவரை என்னைப் 'புருஷன்' என்றும் 'உயிரே' என்றும் அழைத்த நீ, **தேவைகள் முடிந்தவுடன் என்னை ஒரு 'மனநோயாளி'யாக உலகிற்குச் சித்திரிக்க முயல்வதுதான் நீ செய்த துரோகங்களிலேயே ஆகப்பெரிய கொடுமை."**

இளமையு மில்லை; காமமு மில்லை;
அறிவும் இல்லை; பித்தே றினனே...

புறநானூறு பாடல் 243

என் கடைசிப் பரிசு

உன் திருமணத்திற்கு நீ என்னை அழைக்கவில்லை என்றாலும், என் காதலின் இறுதிச் சாட்சியாக ஏதேனும் ஒன்று உன்னிடம் இருக்க வேண்டும் என்று நினைத்தேன். அதற்காகவே **ஒரு அழகான 'மயில் புகைப்படச் சட்டத்தை' (Peacock Photoframe)** பார்த்துப் பார்த்துத் தயார் செய்தேன். அதன் பின்னணியில், நம் காதலின் கதையை, நான் உனக்காகச் சுமந்த வலியை மௌனமாகப் பேசும் வரிகளாகச் செதுக்கி, ஒரு கொரியர் (Courier) வழியாக உனக்கு அனுப்பி வைத்தேன்.

திருமணத்திற்கு இன்னும் இரண்டு நாட்களே இருந்த நிலையில், அந்தப் பரிசு உன்னைச் சென்றடைந்தது. அதை அனுப்பியது **நான் தான் என்று நீ கண்டுபிடித்த அந்த நொடி, என் அன்பை நீ மதிக்கவில்லை. மாறாக, அதை உன் கணவன் பெனோவிடம் (Beno) காட்டி, என்னை மீண்டும் ஒருமுறை அசிங்கப்படுத்தினாய்.**

அவன் எனக்கு போன் செய்து, ஒருமையில் தரக்குறைவாகப் பேசியபோது, நான் அனுப்பிய அந்த மயில் படம் எனக்காக அங்கே அழுதுகொண்டிருந்தது. **ஒரு காலத்தில் உன் பயத்தைப் போக்க நான் சூட்டிய அதே 'மயில்', இன்று உனக்கு ஒரு பகைப் பொருளாகத் தெரிந்ததா?** என் அன்பின் கடைசிப் பரிசையும் இப்படி ஒரு கசப்பான தொலைபேசி அழைப்பாக மாற்ற உனக்கு எப்படி மனசு வந்தது?"

எரியும் நினைவுகளும்... எழுதப்படாத தீர்ப்பும்

இன்று உன் வீட்டின் அருகே உள்ள அந்த சர்ச்சிற்கு வந்தேன். அங்கே. சர்ச் வாசலில் நின்றிருந்த அந்தத் திருமண வரவேற்பு பேனரை என் கண்கள் பார்த்த கணத்தில், என் உடலில் ஓடிய ரத்தம் அப்படியே உறையத் தொடங்கியது. என் கால்கள் பலமிழந்து தள்ளாடின; என் கைகள் நடுங்கத் தொடங்கின.

உன்னோடு நான் கழித்த அந்த மூன்று ஆண்டுகளும், நீ எனக்குக் கொடுத்த அத்தனை வாக்குறுதிகளும் அந்த ஒரு புகைப்படத்தில் சிதைந்து கிடப்பதைக் கண்டு என் மூச்சுக்காற்றே நின்றுபோவது போல இருந்தது.

சுற்றி இருந்த உலகம் எனக்குத் தெரியவில்லை; அந்தப் பெரிய பேனரில் **பெனோவோடு (Beno)** நீ சேர்ந்து நின்று சிரித்துக் கொண்டிருந்த அந்தக் காட்சி, என் இதயத்தை ரம்பத்தால் அறுப்பது போல இருந்தது. என் இடத்தில் இன்னொருவன்... உன் அருகாமையில், உன் சிரிப்பில், உன் வாழ்க்கையில் எனக்காக இருந்த அந்த இடத்தை அவன் பிடித்துக் கொண்டதைப் பார்த்தபோது, அழக்கூடத் தெம்பில்லாமல் ஒரு ஜடத்தைப் போல அங்கேயே உறைந்து நின்றேன்.

'இது உண்மையாக இருக்க முடியாது' என்று என் மூளை ஒரு பக்கம் கதறினாலும், உன் பெயருக்குப் பக்கத்தில் அவன் பெயர் இருப்பதைப் பார்த்தபோது, என் இதயம் ரத்தக் கண்ணீர் வடித்தது. நீ எனக்காக மட்டும்தான் என்று நான் உயிருக்குப் மேலாக நம்பிய அந்த பிம்பம், இன்று அவனுடையதாக மாறியதைக் கண்ட அந்த நொடிதான், என் வாழ்வின் முதல் மரணம் நிகழ்ந்தது!"

என் இதயம் ஆயிரம் துண்டுகளாகச் சிதறிய போதும், மழுங்கிப்போன என் மனது மட்டும், **'இல்லை, அவள் என்னை ஏமாற்றமாட்டாள்... இது ஏதோ தவறு'** என ஒரு **பைத்தியக்காரனைப் போல இன்னும் உன்னை நம்பித் துடிக்கிறது.** இன்று உன் கழுத்தில் ஏறும் அந்தத் தாலி, வெறும் மங்கள நாண் அல்ல; அது என் மூன்று ஆண்டுகால ரத்தமும் சதையுமான உண்மையான அன்பின் பிணத்தின் மீது கட்டப்படும் பந்தம்.

அந்தத் தாலி உன் கழுத்தில் ஏறும் கடைசி நொடி வரை, '**இது ஒரு கெட்ட கனவாக இருக்கக்கூடாதா?** என் அன்பு உண்மையானால், இப்போதே அவள் என் கரம் தேடி ஓடி வந்துவிடமாட்டாளா?' என்று என் உயிர் அலறிய அந்த ஓலம் உனக்குக் கேட்கப் போவதில்லை.

. மறைந்த உன் அம்மாவையே கடவுளாக நினைத்து, உன்னை மீண்டும் என்னிடம் தந்துவிடுமாறு நான் செய்த கண்ணீர் மல்கிய பிரார்த்தனைகள் அந்தச் சிலுவைக்குத் தான் தெரியும்.

ஆனால், நீ இப்போது ஒரு புதிய வாழ்க்கையின் வெளிச்சத்தில் இருக்கிறாய்; **நான் நீ ஏற்றி வைத்த தீயினால் பொசுங்கிப்போன சாம்பலில் நிற்கிறேன்**.

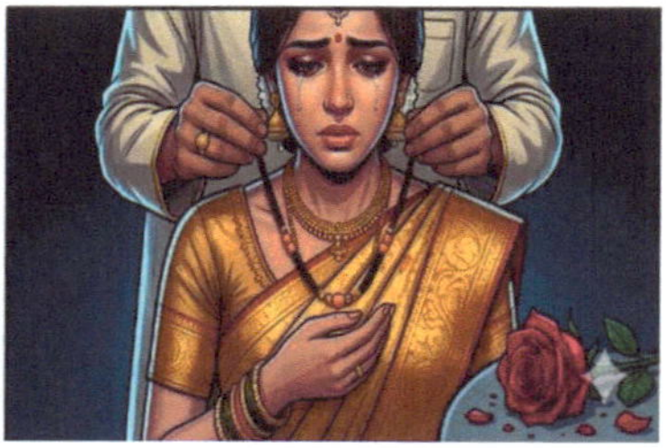

நீ எனக்குச் சூட்டிய "**சைக்கோ**" என்ற முத்திரை, உண்மையில் என் காதலுக்கு நீ கொடுத்த மரண சான்றிதழ். தேவை இருந்தவரை என்னை ஒரு '**ஜின்**' **(Jinn)** போலப் பயன்படுத்திக்கொண்ட நீ, உன் தேவைகள் முடிந்தவுடன் என்னை ஒரு மனநோயாளியாகச் சித்தரித்ததுதான் நீ செய்த துரோகங்களிலேயே ஆகப்பெரிய வஞ்சகம்.

நினைவிருக்கிறதா? உன் அம்மா மறைந்த அந்தத் தருணத்தில், "**எனக்கு யாரும் இல்லை, நான் சாகப்போகிறேன், என் அம்மாவை என்னிடம் கொண்டு வா**" என்று நீ கதறியபோது, உன் கண்ணீரைத் துடைக்க என் உறக்கத்தையும் உயிரையும் பணயம் வைத்தேனே... அன்று உன் கரம் பிடித்து ஆறுதல் சொன்ன அதே நான், இன்று உனக்கு வேற்று மனிதனாகிவிட்டேனா?

என் பணம், என் உழைப்பு, என் இரவு நேர உரையாடல்கள் என அனைத்தையும் உனக்காகச் செலவிட்டபோது நான் உனக்கு "மிகச் சிறந்த மனிதனாக"த் தெரிந்தேன். ஆனால், நீ செய்த துரோகத்தை நான் தட்டிக்கேட்டபோது, உன் குற்ற உணர்ச்சியிலிருந்து தப்பிக்க என்னை ஒரு பைத்தியமாக உலகிற்கு அறிமுகப்படுத்தினாய்.

இன்று என் கைகளில் மிஞ்சியிருப்பது உன்னோடு இருந்த நினைவுகள் அல்ல, நீ கொடுத்த ஆறாத வடுக்கள்

மட்டுமே. உன்னைத் தெய்வமாக நினைத்த ஒருவனின் அன்பை, இதைவிட யாராலும் கேவலப்படுத்த முடியாது. **உன்னை நான் என் உயிர் மூச்சாக, முழுமையாக நம்பினேன்.** ஆனால் நீயோ அந்த நம்பிக்கையைத் துரோகத்தால் அறுத்துவிட்டாய். ஒருவனின் உண்மையான அன்பையும், வாழ்வையே கொன்றுவிட்டு, அந்தப் பிணத்தின் மீது உன்னால் மணமேடை ஏற முடியுமா?

ஒரு 'ஜின்' (Jinn) ஆக நான்... முடிந்ததும் 'சைக்கோ'

உன் துரோகத்தின் உச்சகட்டமே இதுதான்... நான் வேறொரு பெண்ணைத் திருமணம் செய்துகொண்டால், என்னிடமிருந்து உனக்குக் கிடைத்துக்கொண்டிருக்கும் அந்த நிதியுதவியும், அரவணைப்பும், ஒரு 'ஜின்' போன்ற என் உழைப்பும் நின்றுவிடும் என்று நீ பயந்தாய். அதனால்தான், என் திருமணப் பேச்சுகள் வரும்போதெல்லாம் 'உன்னைத் தவிர யாரையும் நினைக்க முடியாது' என்று பொய்யாகக் கண்ணீர் விட்டு என்னை உன்னோடு கட்டிப்போட்டாய்.

உண்மையில், நீ என்னை உன் வாழ்க்கைத் துணையாக ஒருபோதும் நினைக்கவில்லை; மாறாக,

உனக்கு ஒரு சிறந்த வாழ்க்கை அமையும் வரை உன்னைப் பாதுகாக்கவும், உன் தேவைகளை நிறைவேற்றவும் வைக்கப்பட்டிருந்த ஒரு **ஜின் (Jinn)** ஆக மட்டுமே என்னை வைத்திருந்தாய். உனக்கான அடுத்த வாய்ப்பு (Better Choice) உறுதிப்படும் வரை, நான் உனக்குத் தேவைப்பட்டேன்.

உன் சுயநலத்திற்காக என் வாழ்வின் பொன்னான ஆண்டுகளை முடக்கி வைத்தாய். **உன்னால் என் வயது (Age), நான் ஈட்டிய பணம் (Money), என் அசைக்க முடியாத நம்பிக்கை (Trust), என் விசுவாசம் (Believeness) என அனைத்தையும் இழந்தேன்.** உனக்கு ஒரு கவசமாகவும், தேவைப்படும்போது பணத்தைத் தரும் இயந்திரமாகவும் நான் இருக்க வேண்டும் என்பதற்காகவே, எனக்கான மற்ற கதவுகளை நீயே அடைத்தாய். இன்னொருவனைத் தேடிக்கொண்டே, 'இவன் எங்கே போய்விடப்போகிறான்' என்ற உன் மலிவான எண்ணத்திற்கு என் தூய்மையான அன்பு இரையாகிவிட்டது.

எல்லாம் **முடிந்ததும்**, உன் தேவைகள் நிறைவேறியதும், உனக்கு ஒரு வசதியான வாழ்க்கை கிடைத்ததும் - அதுவரை உன் கட்டளைகளை நிறைவேற்றிய அதே ஜின்னை, ஒரே நொடியில் ஒரு **சைக்கோ (Psycho)** என்று முத்திரை குத்தி தெருவில் நிறுத்திவிட்டாய். உன் சுயநலத்திற்காக ஒரு மனிதனின் மொத்த வாழ்வையும் சிதைக்க உனக்கு எப்படித்தான் மனசு வந்ததோ?"

இறுதி வாக்குமூலம்: ஆறாத வடுக்களுடன்...

சட்டத்தின் முன்னால் என்னைக் குற்றவாளியாக்க நீ முயலலாம், உன் **புதிய வாழ்க்கைத் துணையிடம் என்னைப் பற்றித் தவறாகச் சித்திரிக்கலாம்**. ஆனால், உனக்காக நான் சிந்திய வியர்வையும், கண்ணீரும், உன்னால் திட்டமிட்டு அழிக்கப்பட்ட அந்தப் புகைப்படங்களும் உரையாடல்களும் உன் மனசாட்சியின் ஏதோ ஒரு மூலையில் என்றும் அழியாத சாட்சியாக நின்றுகொண்டே இருக்கும்.

ஒருவனின் வாழ்வையே சிதைத்துவிட்டு, அதன் மேல் கட்டப்படும் எந்தக் கோபுரமும் நிலைத்ததாகச் சரித்திரம் இல்லை.

உன் வாழ்விற்காக ஒரு துளி முயற்சியைக் கூட எடுக்காத ஒருவன் இன்று உனக்கு ராஜகுமாரனாகத் தெரியலாம். ஆனால், உனக்காக என் நேரம், பணம், இளமை, வாழ்க்கை என அத்தனையையும் தாரைவார்த்த நான் இன்று உன் கண்களுக்குக் குப்பையாகவும், ஒரு '**சைக்கோ**'வாகவும் தெரிகிறேன். உழைக்காமல் உன் கரம் பிடித்தவனுக்குக் கிடைத்த அந்த வெற்றி, உண்மையில் உன்னால் எனக்கு இழைக்கப்பட்ட அநீதி!

இன்று நீயாகத் தேடிக்கொண்ட இந்த வாழ்க்கை உனக்கு மகிழ்ச்சியைத் தரட்டும். ஆனால், என்றாவது ஒரு நாள் நிஜமான அன்பிற்காக நீ ஏங்கும்போது, அன்று உனக்காகத் தன் உலகத்தையே அடகு வைத்த இந்த 'சைக்கோவின்' நினைவு உன் கண்களில் ஒரு துளிக் கண்ணீரை வரவழைக்கும்.

உன் மனசாட்சி ஒருநாள் உன்னைத் தேடி வரும்... அன்று நான் இருக்கமாட்டேன், ஆனால் என் மௌனமான சாபமும், என் கண்ணீரும் உன்னைச் சும்மா விடாது!

இன்று நீ கட்டிக்கொள்ளும் தாலி உன் கழுத்தை அல்ல, என் நம்பிக்கையை நெரிக்கிறது. போய் வாழ்ந்து கொள்!

இந்த மூன்று ஆண்டுகால உறவில் இன்னும் சொல்லப்படாத நினைவுகளும், ஆறாத வடுக்களும் ஏராளம். அவற்றை விவரிக்கப் புகுந்தால் என் பேனா அழுதுவிடும். சொல்ல வேண்டியவை ஆயிரமிருந்தாலும், இனி சுமக்க முடியாத மனப்பாரத்தோடு, இதோ இத்துடன் என் மூச்சை நிறுத்திக்கொள்கிறேன்.

இத்துடன் முடிகிறது... என் காதலும், உன் மீதான என் நம்பிக்கையும்!

"பெனோ,

இன்று நீ அவளுக்குக் கட்டியிருக்கும் அந்தத் தாலி, ஒரு முற்றுப்புள்ளி என்று நீ நினைக்கலாம். ஆனால், அது ஒரு நீண்ட சாபத்தின் தொடக்கம்.

ஒரு மனிதன் தன் இளமையையும், உழைப்பையும், தன்மானத்தையும் யாருக்காக அடகு வைத்தானோ, அவளே இன்று அவனை ஒரு 'சைக்கோ' என்று உலகிற்கு அறிமுகப்படுத்துகிறாள் என்றால், அந்தப் பாவத்தின் நிழல் உங்கள் மணவறையைச் சூழ்ந்து நிற்காதா?"

அன்புள்ள மிஸ் குயினுக்கு (Miss Queen) ...

இந்த உலகத்திலேயே எனக்கு உன்னைத்தான் ரொம்பப் பிடிக்கும். உன் மேல் நான் எவ்வளவு பைத்தியமாக இருந்தேன் என்பது உனக்கே தெரியும். எல்லாம் தெரிந்தும் நீ இப்படிச் செய்வாய் என்று நான் கனவிலும் நினைக்கவில்லை. இன்று என்னை ஒரு பைத்தியக்காரனாகவே மாற்றிவிட்டாய். இனி என் வாழ்க்கையில் நான் யாரை நம்புவது என்றே தெரியவில்லை.

உன் பெற்றோரை இழந்தபோது உனக்காக நான் அழுத அந்த மனக்கஷ்டம் ஒரு பக்கம்; நம் காதலை என் வீட்டில் சம்மதிக்க வைக்க நான் போராடிய மனக்கஷ்டம் ஒரு பக்கம்; எப்படியாவது உன்னை என்னிடம் அழைத்து வர வேண்டும் என்று நான் துடித்த துடிப்பு ஒரு பக்கம்... ஆனால், இவை எல்லாவற்றையும் விட, இன்று நீ என்னை ஏமாற்றிவிட்டாய் என்பதைத் தாங்கிக்கொள்ளவே முடியவில்லை. இனி என் வாழ்நாள் முழுவதும் நீ என்னுடன் இல்லை என்ற கவலை என்னை வாட்டுகிறது.

என்றாவது ஒரு நாள் நீ இந்தப் புத்தகத்தைப் படிப்பாய் என்று நம்புகிறேன். அன்று உன் மனதில் ஒரு சின்னக் குற்ற உணர்ச்சி வந்தாலே போதும், நான் ஜெயித்துவிட்டதாக அர்த்தம். ஆனால், அதை விட்டுவிட்டு 'இவன் சைக்கோவாக மாறி புத்தகம் எழுதி என் வாழ்க்கையை நாசம் செய்கிறான்' என்று மீண்டும் ஒரு கதையை நீ உருவாக்கினால்... அதற்கு என்னிடம் பதில் இல்லை.

இதை நான் எழுதிக் கொண்டிருக்கும்போது, உன் திருமணம் முடிந்து சரியாக ஒரு வாரம் ஆகிறது. இந்த ஏழு நாட்களும் ஒவ்வொரு நொடியும் நான் செத்துச் செத்து பிழைத்துக் கொண்டிருக்கிறேன். ஒவ்வொரு வரியையும் நான் எழுதும்போது என் கண்கள் சிந்திய கண்ணீரும், என் நெஞ்சு அடைத்த அழுகையும்தான் என் அன்பிற்கு சாட்சி. உனக்காக என் உலகத்தையே இழந்த பின்னும், உன்னை இப்போதும் மிஸ் செய்கிறேன்... உன்னை இப்போதும் நேசிக்கிறேன்.

அன்புள்ள வாசகர்களுக்கு...

இந்தக் கதையை வாசித்து முடிக்கும்போது உங்கள் இதயம் ஒரு கணம் பாரமாக இருந்தால், அதுதான் என் உண்மையான வெற்றி. இது வெறும் காகிதத்தில் எழுதப்பட்ட கற்பனை அல்ல; ஒரு மனிதன் தன் உயிராகக் கருதியவளுக்காகத் தன் மானம், மரியாதை, உழைப்பு, சேமிப்பு என அத்தனையையும் இழந்த பின் மிஞ்சியிருக்கும் ரத்தமும் கண்ணீருமான சாட்சியம்.

ஒரு ஜின்னைப் போல அவளது ஒவ்வொரு துயரத்தையும் துடைத்து, அவள் கேட்டதையெல்லாம் செய்த எனக்கு, அவள் பரிசாகக் கொடுத்தது 'சைக்கோ' என்ற ஒற்றை அவச்சொல் மட்டுமே. இழந்த பணம் மீண்டும் உழைத்தால் வந்துவிடும். ஆனால் சிதைக்கப்பட்ட நம்பிக்கையும், தொலைத்த பொன்னான காலமும், எதைச் செய்தாலும் திரும்பக் கிடைக்காத என் மன அமைதியும் ஒருபோதும் திரும்பாது. அன்பால் காயப்பட்ட ஒவ்வொரு இதயத்திற்கும் இந்தப் புத்தகம் ஒரு மருந்தாகவும், அதே சமயம் ஒரு எச்சரிக்கையாகவும் அமையட்டும்.

இந்தக் கதை குறித்த உங்கள் மேலான கருத்துக்களையும், ஆறுதல் வார்த்தைகளையும் கீழே உள்ள வாட்ஸ்அப் எண்ணிற்குத் தாராளமாகப் பகிரலாம். உங்கள் ஒவ்வொரு செய்தியும் சிதைந்து போயிருக்கும் இந்த ஜின்னிற்கு ஒரு சிறிய ஒத்தடமாகவும், தேறுதலாகவும் அமையும்.

வாட்ஸ்அப் எண்: *+91 8668001884*

@THEJINNWHOBECAMEAPSYCHO

பெரிது ஆற்றிச் சிறுமை செய்தோர்க்கு அருள் இன்று அம்ம, இவ் உலகம்!

நற்றிணை 196 (சாராம்சம்)

www.ingramcontent.com/pod-product-compliance
Lightning Source LLC
LaVergne TN
LVHW051135210926
848482LV00006B/324

* 9 7 9 8 9 0 4 5 1 0 9 9 2 *